இரத்தம் பொங்கிய இருபது ஆண்டுகள்

கா. ந. அண்ணாதுரை

Title: Raththam Pongiya Irupathu Aandugal

Author: C. N. Annadurai

Language: Tamil

First Published on: 1963

Year of Publication: 2024

Book Format: Paperback

*Page Size: 6inch * 9inch*

Category: Fiction

Subject: Short Novel

No. of pages: 110

ISBN: 978-81-988069-4-9

Published by: Nilan Publishers, Madurai, Tamilnadu, India

பொருளடக்கம்

குறிப்புகளுக்காக

இரத்தம் பொங்கிய
இருபது ஆண்டுகள்

பகுதி: *1*

இருபது ஆண்டுகள் இரத்தம் பொங்கிற்று - காலடிப் பட்ட இடமெல்லாம்! களம் பலப்பல! கடுவேகமாகப் போரிட்ட வண்ணம், நாடு பல வென்றான்; நானிலம் நடுங்கிடப் போரிட்டான். எங்கும் இரத்தவெள்ளம்; பிணமலை; எலும்புக் குவியல்!! போர்! போர்! போர்! என்று முழக்கம் எழுப்பியபடி, இருபது ஆண்டுகள், எங்கும் எவரும் இவன் நடாத்தும் செயல்கள் பற்றியே பேசித் தீரவேண்டிய நிலைமை ஏற்படுத்திவிட்டான்; இரத்தம் பொங்கிற்று - மலை முகடுகளில், பெரு நகரங்களில், சாலைகளில், சோலைகளில், கடலோரங்களில்.

கிளம்பிவிட்டது இவன் நடாத்திச் செல்லும் பெரும் படை என்று செய்தி வெளிவந்தவுடன், அரண்மனைகளிலே அச்சம்! மாளிகைகளிலே மருட்சி! இல்லங்களிலே திகைப்பு ஏற்பட்டு விடும்.

எப்பக்கம் பார்த்துப் பாய்ந்திடுமோ, எவர்மீது தாக்குதல் நடத்திடுமோ, என்ன நிபந்தனை விதித்திடுமோ என்ற ஏக்கம் குடிகொண்ட நிலையில், பேரரசர்கள் பீதி கொள்வர்.

'நேற்றுதானே கிளம்பிற்று! இதற்குள்ளாகவா, காடு மலை கடந்து, ஆறுகளைத் தாண்டி, அழகு நகர் மீது தாக்குதலை நடத்துகிறது அந்தப் படை' என்று வியந்து கேட்பர் - அவ்வளவு வேகமாக, எத்தகைய இடுக்கண்களையும் கண்டு கலங்காமல், எதர்ப்புகளை முறியடித்தபடி, அவனுடைய படைகள் பாய்ந்திடும்.

பெருங்காற்றைத் தடுத்து நிறுத்திவிடத் தருக்களால் முடிவதுண்டோ - வேரறுந்தன்றோ பெரு மரங்கள் சாய்கின்றன, பெருங்காற்றின் முன்பு! இப்படையும் அதுபோன்றே, எதிர்ப்புகளை முறித்துக் கீழே சாய்த்துவிட்டு, இடியோசை போன்ற வெற்றி முழக்கமிட்டபடி, முன்னேறும் வேகவேகமாக, குறித்த இடம் நோக்கி, விட்ட கணைபோலதாக்கும் சக்தி மட்டுமல்ல, தாங்கிக் கொள்ளும் சக்தியும் நிரம்பக் கொண்ட படை; வெட்டி வீழ்த்த மட்டுமல்ல, வீழ்ந்துபடவும் அஞ்சாது நடமிடுகிறது படை.

பயம்கொண்டு பதுங்க மறுக்கிறது; பசி, தூக்கம், அதனைத் தொட அஞ்சுகின்றன! பாய்வோம், பாய்வோம், மடைகளை உடைத்தெறிந்திடும் வெள்ளம்போல, தீயைப் போல என்று கூறாமல் கூறிக்கொண்டு செல்கிறது; இரத்தம் பொங்குகிறது! இருபது ஆண்டுகள், இதுபோல!

"எதிரியின் படைபலம் மிக அதிகம்."

"பொருள் என்ன? விளங்குகிறதா? நம்மிடம் எதிரிக்கு உள்ள பயம் அவ்வளவு. பெரும்படை திரட்டித்தான். தனக்கு வர இருக்கும் ஆபத்தைத் தடுத்துக் கொள்ள முடியும் என்று கருதுகிறான். வீரதீரமாகப் போரிடுபவர்கள் என்பதை உணர்ந்து கொண்டு விட்டனர். மாற்றார் என்பதற்கு இதைவிடச் சான்று வேண்டுமோ! படை வருகிறது என்றதும் தொடை நடுக்கம் ஏற்பட்டுவிடுகிறது மாற்றார்களுக்கு. இந்த நிலை கண்டு. கெக்கலி செய்திட வாரீர்! கிலிகொண்டு ஒரு பெருத்த கும்பல் கூடிவிட்டிருக்கிறது. விரட்டி அடித்திடக் கிளம்புவீர், வெற்றி நம்மை அழைக்கிறது! வீரர்களுக்கு அழைப்பு, கோழைகளுக்கு அல்ல! கோழைகளா!! கோழைகள், இந்தக் கொடியின் கீழ் ஏது!! இது வீரர் படை, வெற்றிப்படை; தீரர் படை, தியாகப் படை!!"

களம் நோக்கிப் பாயும்போது படை வரிசையிலே, பாடி வீடுகளிலே இதுபோன்ற உரையாடல்!

எதிரியின் படைபலம் அதிகம் என்று கேள்விப்பட்டவுடன் என்ன ஆகுமோ நமது கதி என்ற ஏக்கம் கொள்வதில்லை. எதிரியின் படை அதிகமாகவாக, வேட்டை மும்முரமாகும், விருதுகள் விதம்விதம் பெறலாம், விருந்தின் சுவை மிகுதியாகும் என்று எண்ணிக் களித்திடுவர், அந்தப் படையினர்.

கிளம்பிற்று காண் சிங்கக் கூட்டம்! கிழித்தெறியத் தேடுது காண் பகைக் கூட்டத்தை!! - என்று கவிகள் சிந்து பாடிடுவர், அத்துணை வீரம் கொப்புளிக்கும் படையினரிடம்! வீரம் கொப்புளிக்கும் நிலையினர் பாய்ந்திடும் இடமெங்கும். இரத்தம் பொங்கும்!

வெறியோ? மண்டலங்களைத் தாக்கிட வேண்டும், மாடுமனை அழித்திட வேண்டும், இரத்தச் சேற்றிலே புரண்டிட வேண்டும் என்ற வெறியோ எனில், வெறி அல்ல! எமது கொடி எங்கணும் பறந்திட வேண்டும்! எமது ஆணைக்கு எவரும் அடங்கிடுதல் வேண்டும்! எமக்கு நிகர் எவரும் இல்லை என்ற பேருண்மை நிலைநாட்டப்பட வேண்டும் என்றனர் எழுச்சி கொண்டிருந்த படை வீரர்கள் - கொண்டிருந்தனரா! எழுச்சி ஊட்டப்பட்டிருந்தது அவர்களுக்கு!

வெறி - எழுச்சி - ஆர்வம் - ஆவல் - இவை வெவ்வேறு வார்த்தைகள் - வெறும் வார்த்தை மாற்றங்கள் மட்டுமா இவை! நிலைமை மாற்றங்கள்? நினைப்பிலே ஏற்படும் மாற்றங்கள்! போக்கிலே மூட்டப்படும் மாற்றங்கள்! அந்த மாற்றங்களுக்கு ஏற்ப விளைவுகள் வெவ்வேறாகின்றன.

தாயகத்தைத் தருக்கர் தாக்கிடும்போது, நாட்டுப் பாதுகாப்புக்காக, நாட்டு உரிமைப் பாதுகாப்புக்காகப் போரிடும் படையினர் காட்டிடும் வீரம், எழுச்சியை அடிப்படையாகக் கொள்கிறது.

பிறிதோர் நாட்டின்மீது, படை எடுத்துச் சென்று, தாக்கிப் பிடித்திடலாம், தாள் பணியச் செய்திடலாம், கொன்று குவித்திடலாம், கொள்ளை அடித்திடலாம், சிட்டுப்போல, மல்லிகை மொட்டுப்போல, உள்ள மெல்லியலார் கிடைப்பர்; அலறித் துடித்திடுவர் அதரம் சுவைத்திடும்போது என்ற எண்ணம் கொண்டிடுவோர் வெளிகொண்டலைகின்றனர் எனலாம்.

நீதிக்காக, நேர்மைக்காக, உரிமை காத்திட, அநீதியை அழித்திடக் கிளம்பும் படை வீரதீரத்துடனும், தியாக உணர்வுடனும், தாளின்கீழ் வீழ்ந்து தாசராவதைக் காட்டிலும், மண்ணிலே மாற்றான் வாளால் வெட்டுண்டு நம் தலை உருளட்டும், கழுகு உடலைக் கொத்தித் தின்னட்டும், செத்துத் தொலைந்தான் சீறிப் போரிட்டவன் என்று கூறிக் கேலி பேசட்டும், தாக்க முனைந்தோம், தாள் தொழுதான், உயிர்ப்பிச்சை தாரும். உமக்கு நான் எதனையும் உடைமையாக்குகிறேன் என்று கெஞ்சினான் என்று எதிரி பேசிடும் பேச்சைவிட, சாவு, கொடுமையுள்ளது அல்ல என்ற உணர்ச்சியுடன் போரிடும் படை, மண்ணுக்காக அல்ல, மானாங்காத்திட, மாண்பு நிலைத்திடப் போரிடும் படை என்றும் நிலைத்த புகழ் பெறுகிறது. பாவாணர்களின் புகழாரம் சூட்டப்பட்டு, பலப்பல தலைமுறைகளுக்குப் பின்பும், வீடுதோறும் பேசப்படும் கதைகளுக்கும் பாடப்படும் கவிதைகளுக்கும் உறுபொருளாகிறது, அவர் காட்டும் வீரம்!

படைகளைக் கொன்று குவித்து, மண்டலங்களை மண் மேடுகளாக்கி, மணிமுடிகளைக் காலால் உதைத்து

விளையாடி, நகர்களைக் கொளுத்தி, நாசத்தை நடமிடவிட்டுக் கொள்ளை அடித்து, குமரிகளைக் கற்பழித்து, அடிமை கொண்டு, எஞ்சியோரைச் சித்திரவதை செய்து, சரிந்துவிழும் கட்டிடம், அதன்கீழ் சிக்கிக் கூழானோர் தொகை, பற்றி எரியும் வீடுகள், ஆங்கு பதறிக் கருகிடும் மக்கள் - இதைப்போன்ற நெஞ்சம் உருக்கும் நிலைமைகளைக் கண்டு, கொட்டிச் சிரித்திடும் போக்கு, வீரம் அல்ல - வெறி!

எழுச்சி கொண்டவன் வீரன்!

தியாக உணர்வுடன் போரிடுபவன் மாவீரன்!

வெறி உணர்ச்சியால் ஆட்டி வைக்கப்படும் நிலையில் போரிடுபவன், மாவீரன் ஆகான் - மனிதன் மிருகமாகிறான்.

ஒரு நாட்டுப் படைபற்றி எதிரி நாட்டுப்படை கூறிய கருத்தினை ஆதாரமாகக் கொண்டு பெறப்படும் எண்ணம் முற்றிலும் உண்மையானது என்று கூறுவதற்கில்லை. போர் நடந்திடும்போதும், அதை அடுத்துச் சில ஆண்டுகள் வரை யிலும்கூட, உலவிடும் கருத்துக்களைக் கொண்டு, உண்மை என்ன என்பதனைக் கண்டறிதலும் முடியாத காரியமாகும். போர் குறித்துப் பல ஆண்டுகளுக்குப் பிறகு, பொது நிலையினர், ஆய்வாளர்கள், விருப்பு வெறுப்பற்ற நிலையிலே வெளியிடும் கருத்துகளே, பெரும் அளவு உண்மை நிலையை எடுத்துக் காட்டுவனவாக இருக்க முடியும்.

ஒரு நாட்டுக்கும் மற்றோர் நாட்டுக்கும் ஏற்பட்டுவிடும் தொடர்புபற்றி, மூண்டுவிடும் போர்பற்றி, எல்லாக் காரணங்களும், எல்லா உண்மைகளும், எப்படியும் வெளிவந்தே தீரும் என்றுகூடக் கூறுவதற்கில்லை. எத்தனையோ உண்மைகள் வெளிவராமலே போய்விடக்

கூடும். மூச்சடக்கி மூழ்கி மூழ்கி எடுத்தாலும், கடலிலே உள்ள எல்லா முத்துக்களையுமா எடுத்து விடமுடிகிறது!!

போர் என்பதே வெறிதானே - மனிதன் நிலைதடுமாறிடும் போதும் - அறநெறி மறைந்திடும்போதும் விளைவதே போர்! போர்! போர் எந்த நோக்கத்துக்காயினும் சரி, காரணம் எத்துணை உண்மையானதாக இருப்பினும், நோக்கம் எவ்வளவு தூய்மையானதாக அமையினும், போர் வெறுக்கத் தக்கதே! கண்டிக்கத்தக்கதே! ஒருநாடு இழைக்கும் கொடுமை, கொண்டிடும் அநீதியான போக்கு என்பவற்றைக் கண்டிக்க, களைந்தெறிய நடத்தப்படும் போர் எனினும் கூடப், போர் மனித குலத்துக்கு இழைக்கப்படும் துரோகம் என்பதிலே ஐயமில்லை. எத்துணை புனிதத்தன்மையுடையது என்று எடுத்து விளக்கப்பட்டாலும், போர்ச்சூழ்நிலை ஏற்பட்ட பிறகு, மக்களிடம், விரும்பத்தகாத வெறுப்புணர்ச்சிகள், கிளம்பிடு வதைத் தடுக்க இயலுவதில்லை - அதனைக் கவனிக்கும்போது போர் மனித குலத்துக்குக் கேடு பயக்கும் என்பதை மறுக்க இயலாது என்று பொது நீதி பேசுவோர் உளர்; அந்தப் பொது நீதியை நிலைநாட்டுவது முடியாததாக இன்று வரை இருந்துவருகிறதே தவிர, அதன் மாண்பினை, உண்மையினை, மறுத்துப் பேசுவார் எவரும் இல்லை.

இந்த வையகம் வலிவுள்ளவனுக்கே! எவன் வலிவுள்ளவன் என்பதனை அவ்வப்போது எடுத்து விளக்கியாக வேண்டி நேரிட்டுவிடுகிறது; போர் அக்காரணம் பற்றியே தேவைப்படு கிறது; போரின்போது வலிவு மிக்கவன் வாகை சூடுகிறான்; ஆற்றல் அற்றவர்கள் அடிபணிகின்றனர்; அவனிக்குப் புதிய தோர் ஆற்றலரசு கிடைக்கிறது - போரின் விளைவு இஃதே என்று கூறுவோரின் தொகை மிகக் குறைந்துபட்டுவிட்டது. உள்ளனர், இப்போதும் ஒரு சிலர் - போர் தவிர்க்க முடியாதது - என்று கூறிட! தேவைப்படுகிறது என்றுகூடக் கூற முனைவர், அறிவுத் தெளிவு பெற்றநிலை இன்று அவனியில் இல்லாதிருந்தால்.

போரற்ற, புகைச்சலற்ற ஓர் உலகு, பொன்னுலகாகும் - ஐயமில்லை!

மலர்தரும் செடி கொடிகளும், கனி தரும் மரங்களும் கொண்டதாகவே தோட்டங்கள் இருத்தல் வேண்டும் - பூங்காக்கள் கொண்டதாகவே புவி இருக்க வேண்டும் என்று விரும்புவதும் கூறுவதும், தவறு அல்ல - அந்த நிலைக்காகப் பாடுபடுவது தேவையானதுங்கூட! ஆனால் மலர்த்தோட்டத் துக்குப் பக்கத்திலே கள்ளிக் காளான் முளைத்துவிடுகிறது - பக்கத்திலா? - தோட்டத்திலேகூட!! என்ன செய்யலாம்? கனி குலுங்கும் மரத்தைக் கருமந்தி பிடித்தாட்டுகிறது; கடுங் காற்றுக் கிளம்பி மரங்களைப் பெயர்த்தெடுத்து விடுகிறது!! என்ன செய்வது?

கேடுகள் முளைக்கும்போது, அவற்றினை எதிர்த்து வீழ்த்தி, நல்லனவற்றைப் பாதுகாத்துத் தீர வேண்டும்!

அதுமட்டும் போதாது - கேடுகள் மீண்டும் எழாதபடி, பாதுகாத்து ஏற்படுத்திக் கொண்டாக வேண்டும்.

இது தேவையானதுதான் - இதனை வற்புறுத்த, விளக்கம் அளிக்க, இதற்கு ஆதரவு திரட்டிடத் தேவையா - எவரும் இசைவரே என்று கூறத்தோன்றுகிறது. ஆனால் இதிலே உள்ள சிக்கல் யாதெனில், களைந்தெறியப்பட வேண்டிய கேடு எது - என்ன இலக்கணம் கண்டு ஒன்றினைக் கேடு என்று கொள்ள முடிகிறது என்பதுதான்.

இரத்தம் பொங்கிய இருபது ஆண்டுகள், நாடு பலவற்றைத் தாக்கி--, அரசு பலவற்றைக் கவிழ்த்து, பல இலட்சக் கணக்கான மக்களைக் கொன்று குவித்தது; கொடுமை என்பதற்கு வாதங்கள் தேவையா? மகனை இழந்த தாயின் கண்ணீர் போதாதா! தந்தையை இழந்த மதலையின் கதறல்

போதாதா! தாலி இழந்த தையலரின் தவிப்புப் போதாதா! எனின் - எத்தகைய போரிலும் - அறம் காத்திட, உரிமை பெற்றிட - மானம் காத்திட - நடத்தப்படும் போரிலும், நெஞ்சு நெக்குருகச் செய்யும் இசை காணப்படுகின்றன! எனவே, இவை காணப்படும் போர் கொடுமை நடத்தப் பட்டிருக்கிறது என்பதற்குப் போதுமான சான்று என்றால், எல்லாப் போரிலும் இவை நேரிட்டு விடுகின்றன. எனவே இவற்றைக் கொண்டு, கேடு என்று கண்டறிய இயலவில்லை.

எனவே, சிக்கல் நிரம்பிய பிரச்சனை, கேடு எது என்பதனைக் கண்டறிவதே!

இருபது ஆண்டுகள் இரத்தம் பொங்கிடச் செய்ததே கேடன்றோ, கொடுமையன்றோ, அக்கிரமமல்லவோ, அநீதியன்றோ! - என்போருக்கு, ஆம்! ஆம்! இருபது ஆண்டுகள் இரத்தம் பொங்கிற்று! மறுக்கவில்லை! ஆனால், கேடுகளைக் களைய, மீண்டும் கேடுகள் ஏற்படாமலிருக்கும் வலிவான ஓர் நிலைமையை ஏற்படுத்த வேண்டும் என்ற நோக்கத்துடனேயே, இரத்தம் பொங்கிட இருபது ஆண்டுகள் போர் நடத்தினேன் - வெறும் வெற்றிகளுக்காக அல்ல - விருதுகள் பெற அல்ல - வெறியினால் அல்ல! போர் நடத்திப், பொல்லாங்கு மூட்ட வல்லவர்களை அடக்கி ஒடுக்கி, ஒரு பெரும் பேரரசு அமைத்து, அந்தப் பெரும் பேரரசின் கீழ் எல்லா மக்களும் வாழ்ந்து, வளம்

பல பெற்று, நீதி நிலைத்திட, நிம்மதி ஓங்கிடத்தக்க நன்னிலை பெறவேண்டும் என்ற நோக்கமே கொண்டேன் - என்றுதான், இருபது ஆண்டுகள் இரத்தம் பொங்கிட வைத்த இணையில்லாப் போர் வீரன், தளர்வு காட்டாத படைத்தலைவன், அச்சமற்ற பெருவீரன், ஆற்றலுக்குத் தனி இலக்கணம் வகுத்துக் காட்டிய அருந்திறன் மிக்கோன் நெப்போலியன் கூறினான். இருபது ஆண்டுகள் இரத்தம் கொட்டப்பட்டதற்காகத் தன்னை மன்னிக்கும்படி கேட்டானில்லை. என் நோக்கம் நல்லது; கணக்குப்

பொய்த்துப் போய்விட்டது. அவ்வளவு தான்! - என்று மட்டுமே கருத்தறிவித்தான்.

“இருபதாண்டுகள் இரத்தம் பொங்கச் செய்தவனா? ஐயோ! அத்துணை கொடியவனா! மனிதகுலத்தைக் கருவறுக்க வந்த மாபாவியா! - என்று கண்டித்து, அவன் கல்லறை மீது காரித்துப்புகின்றனரோ, இன்று? இல்லை! கல்லறையைக் காணும்போது, கண்களில் நீர் துளிர்க்கிறது. அவன் நடத்திய போரிலே கொட்டப்பட்ட இரத்தம் பற்றி அல்ல, அவன் காட்டிய வீரம்பற்றி, போர் முறைகளை வகுத்த நேர்த்தி பற்றி, பெற்ற வெற்றிகளைப் பற்றி, அவனைச் சுற்றி அமைந்திருந்த புகழொளி பற்றி எண்ணுகின்றனர் - எண்ணியதும், நீர் துளிர்க்கிறது, கண்களில்! நானிலத்தை நடுங்க வைத்த ஓர் மாவீரன் கல்லறை முன் நிற்கிறோம் என்ற உணர்வு; வலிவு பெறுகிறது; வாழ்த்தத் தோன்றாவிட்டாலும், வசைபாட முடியவில்லை, வணக்கம் கூற முனைகிறோம்.

இந்தக் கல்லறையிலா உள்ளான், கடும்போர் பல புரிந்த நெப்போலியன் - காவலர் பலரைக் கவிழ்த்தவன் - புதிய காவலர் களை நொடிப்போதிலே உண்டாக்கிக் காட்டியவன். இந்தக் கல்லறைக்குள்ளா அடைபட்டுக்கிடக்கிறது, பல நூற்றாண்டுகளாக எங்கும் எவரும் கண்டறியாத வீர உணர்ச்சி - போர்த்திறன்!! என்று வியப்படைகின்றனர்.

கல்லறை காட்சிப் பொருளாகிவிட்டது.

கல்லறையைக் கவனிக்கத் தொடங்கி விட்டோம் - கடைசியாகக் காணவேண்டிய கல்லறையை; முதலிலேயோ!!

உலகினரில், அரசு நடாத்துவோர் ஆற்றல் அறிவோர், படை நடாத்துவோர், போர்முறை வகுப்போர் என்பவர் பலரும், சுட்டி, கல்லறை காண்மின்! கல்லூரிகள் பலவும் கற்பிக்க

இயலாத கருத்துகளைப் பெற்றிடலாம் - அத்தகைய கல்லறை இது, என்று சுட்டிக்காட்டிடத் தக்கதாகிவிட்டது - நெப்போலியனின் கல்லறை! ஆனால், காலத்தை வென்று நிற்கும் கல்லறைக்கு உரியவனாகிவிட்ட நெப்போலியன், படுத்துறங்கிய தொட்டில்?

தங்கத்தாலானது அல்ல! மணிகள் இழைக்கப்பட்டது அல்ல! மாளிகைக் கூடத்திலே அதனை ஆட வைத்து மதுர கீதமிசைத்துத் தாதிமார் பாடவில்லை - எத்தனையோ ஏழைக் குழந்தைகளிலே அதுவும் ஒன்று. கைகளை ஆட்டுகிறது! கால்களால் உதைக்கிறது! உற்றுப் பார்க்கிறது! கலகலவெனச் சிரிக்கவில்லை; பார்ப்பவர், மறுபடியும் பார்க்க விரும்புவர் - அதுபோன்றதோர் கவர்ச்சித் தோற்றம் இருக்கிறது. ஆனால் எத்தனையோ குழந்தைகள் உள்ளன, அந்தத் தீவினில்!! கார்சிகா எனும் தீவில்!

தீவினில் பிறந்தவன் வேறோர் தீவினில் அடைபட்டு இறந்துபடப் போகிறான் என்றா கண்டார்கள்.

தீவினில் பிறந்த இவன், நாடு பல ஆளப்பிறந்தவன் என்றும் அன்னை எண்ணவில்லை; முடிவிலே எலினா தீவிலே சிறை வைக்கப்பட்டு, இறந்து படப்போகிறான் என்ற எண்ணம் எழக் காரணமும் இல்லை.

கார்சிகா தீவிலிருந்து கிளம்பி, எலினா தீவு போய்ச் சேர்ந்தான் - எத்தகைய பயணம்! இடையிலே என்னென்ன வகையான தங்குமிடங்கள்! பெரும் படைகள் போரிட்ட களங்கள்! கோட்டை கொத்தளங்கள்! கொட்டும் குளிர் சூழ்ந்த சதுப்புகள்! பயங்கரச் சரிவுகள்! மலையுச்சிகள்! பெருநகரங்கள்! அரண்மனைகள்! உல்லாசக் கூடங்கள்! பூங்காக்கள்! புலவர் குழாம் கூடும் கழகங்கள்! கூடாரங்கள்! குழலியர் கொலுவிருக்கும் மணிமாடங்கள்!!

எங்கெல்லாமோ சென்றான் - எத்துணை எத் துணையோ நிகழ்ச்சிகளிலே கலந்து கொண்டான்!

கடைசியில், ஒரு தீவிலே பிறந்தவன் மற்றோர் தீவிலே இறந்துபடுகிறான்!

அன்னையின் மடியிலே தவழ்ந்திருந்தான் பிறந்த தீவில், கார்சிகாவில்! இறந்துபோது, பிடித்தடைத்த மாற்றாரின் முகாமுக்குப் பக்கத்திலே, இறுதிவரை அவனுடன் இருக்கும் வாய்ப்பு பெற்ற ஆருயிர் நண்பர்கள் அருகிருந்து கண்ணீர் மல்கிட இறந்து பட்டான் - நீங்காத துயிலுற்றான் என்றனர் உடனிருந்தோர்.

மண்டலங்கள் பலவற்றை மருட்டிய மாவீரனான மகன் இறந்துபட்ட இடத்துக்கு நெடுந்தொலைவிலே, பெற்ற மாது இருந்தாள். நெப்போலியனைச் சிறைப்படுத்தியது மட்டுமல்ல, அவன் உடன் சென்றிருக்க, அன்னைக்கு அனுமதி அளிக்க, அதிபர்கள் கூட்டுக் கழகம் மறுத்துவிட்டது.

நெடுந்தொலைவிலே கண்ணீர் சிந்தியபடி, தாய்!

துணைவி? அரண்மனையில்!! அரசகுமாரி, மேரி லூயி ஆஸ்ட்ரியாவில்!

மகன்? இளவரசன்!! - அவனும் ஆஸ்டரியாவில்!

தாய் இல்லை! மனைவி இல்லை! மகன் இல்லை! நெடுந்தொலைவிலே இருக்கிறார்கள். எலினா தீவிலே அவன் இறந்துபடுகிறான் - ஓர் நீர் ஊற்றுப் பக்கத்தில் மரங்கள் அடர்ந்த சிறு தோட்டத்தில், புதை குழி!! அந்த இடத்தைக் கூட, நெப்போலியன், முன்னதாகவே கண்டு வைத்திருந்தான் - காவல் காத்திருந்த அதிகாரிகளுக்குத் தெரிவித்திருந்தான்.

“என் உடலை, பாரிஸ் பட்டினத்துக்கு அனுப்பச் சொல்லிக் கேளுங்கள்; மறுப்பார்களானால், நமக்குப் பருகும் நீர் கிடைத்து வந்ததே, நீர்ஊற்று, அதற்கு அருகாமையில், என் உடலைப் புதைத்துவிடச் சொல்லுங்கள்” - என்று, நெப்போலியன், உடனிருந்த நண்பர்களிடம் கூறினான்.

“இந்த நாட்டுக்கு இவனை மன்னனாக்கினேன்! இந்த மன்னனை இருபத்து நான்கு மணி நேரத்துக்குள் மண்டியிடச் சொல்லு! இத்தனை இலட்சம் வீரர்கள் புறப்பட்டாக வேண்டும்!” என்ற இதுபோன்ற ஆணைகளைப் பிறப்பித்து வந்த நெப்போலியன், நான் இறந்துபட்டதும், என் உடலை இன்ன இடத்திலே புதைத்து விடுங்கள் என்றும் ஆணை கூறிய பிறகுதான் ஆவி பிரிந்தது.

தீவிலே பிறந்தான் - தீவிலே இறந்தான்! ஆனால் புதைகுழியினின்றும் உடலை எடுத்துச் சென்று, பாரிஸ் பட்டணத்திலே, அரச விருதுகளுடன், மற்றோர் கல்லறையில் அடக்கம் செய்தனர், பிரான்சு நாட்டு ஆளவந்தார்கள் - சில ஆண்டுகளுக்குப் பிறகு, தீவிலேயே உடலும் இருந்துவிடவில்லை - புகழொளி மிகுந்த பாரிஸ் பட்டினம் கொண்டு செல்லப்பட்டது.

தீவிலே பிறந்தான் - தீவிலே இறந்தான்! ஆனால் கார்சிகா தீவு போதுமானதாக இருக்க இயலுமா, அளவற்ற ஆற்றல் கொண்டோனுக்கு! பிரான்சு சென்றான்! ஐரோப்பா அழைத்தது! எகிப்து அழைத்தது! வீரக் கோட்டங்களில் உலவினான்!

தீவிலே இறந்தான் - எலினா தீவில்! ஆனால், அவனின் போர் கண்டு அதிசயிக்கத்தக்க ஆற்றலரசனுக்குப் போதுமான இடமா, எலினா தீவு! எப்படிப்பட்ட கல்லறை! அதற்கு ஏற்ற இடம், பாரிஸ்! இந்தப் பயணம், கேட்போர்

வியப்படையத்தக்க நிகழ்ச்சிகள் கொண்ட காப்பியமாகி விட்டிருக்கிறது.

"புறப்பட்டு வருகிறேன் மகனே! நெடுந்தொலைவு என்கிறார்கள். வழியிலே இறந்துவிடுவேன் என்று சொல்லினார்கள். இறந்தாலும் பரவாயில்லை; பயணத்திலே இறந்தால், இப்போது இருப்பதைவிட உனக்கு அருகாமையில் இருப்பேனல்லவா! அதுபோதும் மகனே! புறப்படுகிறேன்" - என்று, நெப்போலியனுடைய தாயார் லெடிசா அம்மையார் கடிதம் அனுப்பினார்கள் - எலினா தீவுக்கு.

கடிதம், எழுதப்பட்ட ஓராண்டுக்குப் பிறகு நெப்போலினுக்குக் கிடைத்தது. படித்துப் படித்துப் பாகாய் உருகினான். அன்னையோ, நெடுந்தொலைவில், ரோம் நகரில்! லினா தீவு சென்று மகனுடன் தங்கி இருக்க அனுமதி கிடைக்கவில்லை. மகனைப் பிரிந்து மனமுடைந்த நிலையில் லெடிசா, இருந்துவர நேரிட்டது.

குடும்பப் பாசம் மிகுதியும் கொண்டவர்கள், கார்சிகா தீவு வாழ் மக்கள். கார்சிகா தீவு, பிரான்சு நாட்டு ஆட்சியின் கீழ் கொண்டுவரப்பட்டது - ஆனால், அது தனியான தீவு! அந்தத் தீவு, அரசுரிமை பெறவேண்டும் என்று விடுதலைக் கிளர்ச்சி நடைபெற்றுக் கொண்டிருந்த நாட்களில்தான், நெப்போலியன் பிறந்தான். அவனுடைய தந்தை, விடுதலைக் கிளர்ச்சியில் ஈடுபட்டிருந்தவர். அந்தக் கிளர்ச்சியை நடத்திவந்த பாயொலி எனும் தலைவனுக்குத் துணை நின்று போரிட்டவன்.

தொட்டிலிலே நெப்போலியன் கிடந்தபோதே, போர்ச் சூழ்நிலை, அந்தத் தீவிலே.

பகுதி: 2

தாலாட்டாக அமைந்த பாட்டே, விடுதலைப் போர் குறித்ததாக இருந்தது என்று கூறலாம்.

தொட்டிலிலே படுத்திருக்கும் குழந்தை, கால்களால் உதைக்கிறது! எதை? வெறும் காற்றுத்தானே தட்டுப்படுகிறது! ஆனால் எதிர்காலத்திலே, மணிமுடிகளைப் பந்தாடப் பழகிக் கொள்கின்றன போலும், அந்தக் கால்கள்! கைகளை ஆட்டுகிறது, எதனையோ, பிடித்துக் கொள்ள முனைவதுபோல! என்ன வேண்டும் இந்தக் குழந்தைக்கு? விளையாட்டுக்கான பொம்மைகளா! தின்னப் பழமா! - இப்போது அவை போதும். ஆனால், அந்தக் கரங்கள், போரிடப் போகின்றன பல அரசர்களுடன் - வலிவுபெற்றதும் அதற்கு இது ஒத்திகை போலும்.

லெடிசா, குழந்தையிடம் கொஞ்சிக் குலவாமலிருந்திருக்க முடியாது - ஆனால், அதற்கு அதிக நேரம், ஓய்வு கிடைத்திருக்க முடியுமா என்பது சந்தேகந்தான், விடுதலைக் கிளர்ச்சியிலே ஈடுபட்டிருந்த கணவன்; குடும்பம் நடந்திட வழி தேடும் பொறுப்பினை ஏற்றுத் தீரவேண்டிய நிலையிலே லெடிசா. மிகச் சிக்கனமாகக் குடும்பத்தை நடத்தி இருக்க வேண்டும் - நெப்போலியனுடன் சேர்ந்து எட்டு குழந்தைகள் லெடிசாவுக்கு.

குடும்பத்துக்குச் சிறப்புப் பெயராக, போன பார்ட்டி என்பது அமைந்திருந்தது. அந்தப் பெயரின்படி பார்த்தால், இத்தாலிய மேட்டுக் குடியினர் இக்குடும்பத்தினர் என்று தெரிகிறது.

நெப்போலியனுக்கு, வெற்றிமேல் வெற்றி கிட்டிய நாட்களில், இந்த உணர்ச்சி மேலோங்கியும் காணப்பட்டது.

‘பிரபு வம்சம்’ என்று கூறிக் கொள்வதிலே ஒரு சுவை இருக்கத்தான் செய்தது. ஆனால் புகழ்பாடி மயக்க விரும்பிய சிலர், குடும்பத்தின் பூர்வீக பெருமைகள் பற்றி அதிகம் கதைத்த போது, நெப்போலியன், விரும்பவில்லை. பொய்யுரை கேட்டு ஏமாறுபவன் அல்ல என்பதால் மட்டுமல்ல, இந்தக் குடும்பத்துக்கு, ஏற்பட இயலாத பெரும் புகழ் ஈட்டியிருக்கும்போது, பழைய நாட்களிலே என்னென்ன பெருமைகள் இருந்தன என்று கண்டறிந்து கூறத்தான் வேண்டுமா? வைரம் ஒளிவிட்டு, அதன் மதிப்பைத் தானே எடுத்துக் காட்டும்போது, அது எத்தகைய ஆழமான சுரங்கத்திலிருந்து எடுக்கப்பட்டது என்பதைக் கூறியா, புதிய மதிப்புத் தேடவேண்டும்! நெப்போலியன் இவ்விதம் எண்ணாமலிருந்திருக்க முடியாது.

கார்சிகா தீவில், அஜாசியோ எனும் சிற்றூரில், 1769ஆம் ஆண்டு, ஆகஸ்டுத் திங்கள் 15-ஆம் நாள், நெப்போலியன் பிறந்தான். அஜாசியோ எனும் ஊர், கார்சிகா தீவுக்குத் தலைநரகம்கூட அல்ல. கார்ட்டி எனும் இடமே தலைநகரமாக இருந்தது.

நெப்போலியன், புகழேணியின் உச்சியில் இருந்தபோது குடும்பத்தினர், உற்றார் உறவினர் அனைவருக்கும், புதிய புதிய பதவிகள் வழங்கினான் - நிலைகளை உயர்த்தினான். தாய், லெடிசாவை அன்பாகக் கேட்டான்; விரும்பி இருந்தால் ஏதாவதொரு நாட்டுக்கு அரசியாக்கிவிட்டிருக்க முடியும்; அரசுகள் அவன் கூப்பிட்ட குரலுக்கு ஓடோடி வந்தனவே! “மகனே! எனக்கு வேறு எதுவும் வேண்டாம். நம்முடைய சொந்த ஊரான அஜாசியோ, கார்சிகாவுக்குத் தலைநகரானால் போதும்” என்று தாயார் சொல்ல, நெப்போலியன், ‘அப்படியே ஆகுக!’ என்றான்; அதற்கான ஆணையும் பிறப்பித்தான்.

கார்சிகா தீவினருக்கு, தங்கள் நாடு, தங்கள் ஊர், தங்கள் குடும்பம் என்ற உணர்ச்சி மிகுதியாக உண்டு. நெப்போலி யனுடைய தந்தை, சார்லஸ் போனபார்ட்டி, இந்த உணர்ச்சி காரணமாகத்தான், விடுதலைக் கிளர்ச்சியில் ஈடுபட நேரிட்டது; நெப்போலியனுக்கும் இந்த எண்ணம் இளமைப் பருவத்தில் மிகுதியும் இருந்தது. பிரான்சு மீதே நெப்போலியனுக்கு வெறுப்பு, கோபம், பழி வாங்க வேண்டும் - கார்சிகாவை விடுவிப்பதன் மூலம் -என்று எண்ணம் கொண்டான். அதற்கு ஏற்றபடிதான், பிரான்சு நாட்டினரும், கார்சிகா மக்களைப் பற்றி மிகத் துச்சமாக மதித்துப் பேசி வந்தனர்; ஏளனம் செய்து வந்தனர்.

ஏழைக் குடும்பம் என்பதற்காக ஓர் ஏளனப் பேச்சு!

அடிமைப்பட்டுக் கிடந்த கார்சிகா தீவினன் என்பதற்காக மற்றோர் கேலிப் பேச்சு.

இந்த இருவித ஏளனக் கணைகளைத் தாங்க வேண்டி இருந்தது, நெப்போலியனுக்கு - மாணவப் பருவத்தில்.

"வீராதி வீரர்கள் என்கிறாயே! உன்னுடைய கார்சிகா மக்களை, அது உண்மையானால், எப்படி அவர்கள், பிரான்சுக்கு அடிபணிய முடிந்தது!"

"அதுவா! ஒன்றுக்குப் பத்து என்ற அளவில், உங்கள் பிரான்சுக்காரர், எங்கள் கார்சிகா மக்களைத் தாக்கினர். வீழ்ந்தது அதனால்தான்; வீரம் இல்லாததால் அல்ல."

"மீசையில் மண் ஒட்டவில்லையாம்... கேட்டீர்களா..."

“பொறு! பொறு! நான் பெரியவனான பிறகு பார் அப்போது தெரியப் போகிறது, கார்சிகாக்காரர் எப்படிப்பட்டவர்கள் என்பது.” மாணவர்களின் உரையாடல் இந்தக் கருத்துப்பட. மாணவனாக இருந்தபோதே, நெப்போலியனுக்கு, வீரத்தின்மீது, வெற்றியின்மீது நினைப்பு! அப்போது அவன் கண்களுக்கு, கார்சிகா பிடிபட்டு, பிரான்சுடன் பிணைக்கப்பட்டிருப்பது தான் மிகப் பெரிதாகத் தெரிந்தது. அதனால்தான், கார்சிகா விடுதலை பெறவேண்டும், பிரான்சு நாட்டுக்குப் பாடம் புகட்ட வேண்டும் என்ற எண்ணம் துடித்தது. முயற்சிகளிலும் ஈடுபட்டான் - வெற்றி கிட்டவில்லை?

உன் ஆற்றலுக்கு ஈடான வெற்றி, சின்னஞ்சிறு தீவான கார்சிகாவை விடுவிப்பதாகவா இருக்க வேண்டும்? உன் ஆற்றல் மிகப்பெரிது! கார்சிகாவை அடிமைகொண்ட பிரான்சு நாடே உன் காலடியில் விழப்போகிறது! உன் தீவைப் பிடிக்கப் பாய்ந்துவந்த பிரான்சுப் போர் வீரர்களே, உன் ஆணைக்குக் கட்டுப்பட்டு, உன் சுட்டுவிரல் காட்டும் திக்கு நோக்கிப் பாயப் போகிறார்கள். பிரான்சுக்கு அதிபனே ஆகப்போகிறாய்! உன் ஆற்றல் உன்னை அந்தச் செயலுக்கு அழைத்துச் செல்லப் போகிறது. இடையிலே கார்சிகா விடுதலைக்காக வேலை செய்ய வேண்டுமா! - காலம் கூறிற்று போலும் இதுபோல.

கார்சிகா, பிரான்சுடன் பிணைக்கப்பட்டிருந்தது. என்றாலும், என்ன காரணத்தினாலோ, ரூசோ, “ஐரோப்பாவையே ஆச்சரியத்தில் ஆழ்த்தப் போகிறது இந்தக் கார்சிகா - என்றோ ஓர் நாள்.” என்று எழுதினார்.

கார்சிகா விடுதலைக்காகப் போராடி, நாடு கடத்தப்பட்ட தளபதிக்கு நெப்போலியன் எழுதிய கடிதத்தில், மாணவனின் மனக்கொந்தளிப்பு நன்கு தெரிந்தது.

"என் நாடு இறந்து கொண்டிருக்கும்போது நான் பிறந்தேன். உரிமையை அழித்திட 30,000 பிரான்சுக்காரர்கள் இங்குக் கொட்டமடிக்க வந்த நேரம், நான் தொட்டிலில் கிடந்தபோது அதைச்சுற்றி, இறந்து படுவோரின் அழுகுரல், கொடுமைக்கு ஆளானோரின் குமுறல், கண்ணீர் இவையே இருந்தன."

நெப்போலியன், போர் வீரன் மட்டுமல்ல; உள்ளத்தைத் தொடத்தக்க உணர்ச்சிகளைத் தொடுத்திடும் ஆற்றலும் மிக்கவன் என்பது, அவன் எழுதிய கடிதங்கள் மூலமும், போர் துவக்கப் பேச்சுக்களின் மூலமும் மிக நன்றாகத் தெரிகிறது.

மாணவப் பருவத்திலே, நெப்போலியன், கதைகள் கட்டுரைகள் எழுதுவதிலே ஆர்வம் கொண்டிருந்தான். 'நாடக பாணி'யில் எழுதுவதிலே நெப்போலியனுக்குப் பெருவிருப்பம். உணர்ச்சிகளை உரையாடல்கள் வடிவிலே எழுதி வந்திருக்கிறான்.

காதல் - கடமை - இந்த இரண்டு உணர்ச்சிகளுக்கும் ஏற்படும் மோதுதல் - அதனால் விளையும் சிக்கல் - இவை பற்றி ஓர் உரையாடல் எழுதினான் மாணவன் நெப்போலியன். ஒருவன் காதலுக்காக - மற்றவன் கடமைக்காக வாதாடும் முறை.

"உன் நாடு தாக்கப்படும்போது, உன் கடமை என்ன? நீ என்ன செய்வாய்?"

"நாடு! கடமை! வெறும் வார்த்தைகள். எனக்கென்ன கவலை, அரசு கவனிக்க வேண்டிய பிரச்சினை பற்றி."

"கோழையின் மனப்பான்மை இது. களியாட்டக்காரனின் போக்கு. சுயநலம், மக்களை மறந்திடும்போக்கு. மகிழ்ச்சியாக வாழத்தான் பிறந்தோம். ஆம்! ஆனால், சமுதாயத்தில் வாழும்போது, சில பொறுப்புகள் மேற்கொண்டாக

வேண்டும். ஆட்சிப் பொறுப்புச் சிலரிடம் ஒப்படைக்கப்படுகிறது. அவர்கள், மதத் தரகர்களுடன் கூடிக் கொண்டு, கடமையை மறந்து காட்டுப் போக்கிலே நடந்து கொள்கிறார்கள். உன் கடமை என்ன? கொடுமைக்கு ஆளானவர்கள் கூவி அழைக்கிறார்கள், உதவிக்காக! கொஞ்சிக் குலவிக் கொண்டிருப்பதா, குமரியுடன் அந்த நேரத்தில்.''

மாணவப் பருவத்திலே, இலட்சியம் பற்றிய உணர்ச்சி மேலிட்ட நிலையிலே இதுபோல எழுதுவது இயல்பு. பலர் இந்த இயல்பு கொள்கின்றனர். ஆனால் வயது ஆக ஆக, இலட்சிய ஆர்வம் மங்கிவிடுகிறது; மறைந்தே கூடப் போய்விடுகிறது. ஆனால் நெப்போலியனுக்கு அவ்விதம் இல்லை.

கடமை அழைக்கிறபோது, காதற் களியாட்டத்திலே ஈடுபடுவதா? என்று கேட்ட அதே போக்கில், தானே நடந்து காட்டவும் முற்பட்டான். போர் வீரனாவதற்கான பயிற்சிக் கூடத்திலே பயிலும்போது மற்ற மாணவர்கள், மலர் விழியாளைத் தேடுவதும், மது அருந்தி ஆடுவதும், கண்ணழகியின் கருத்து என்ன? கனி, துவர்ப்பா இனிப்பா? புன்னகை போதுமா, பொன்னகை கேட்பாளா; பட்டுப்பூச்சியா? வெட்டுக்கிளியா? - கட்டுக்காவல் அதிகமா? தொட்டால் ஒட்டிக் கொள்ளுமா? - என்று பேசிக் காலத்தைப் பாழாக்கிக் கொண்டிருந்தனர் - நெப்போலியன், கோட்டை கொத்தளங்களின் அமைப்பு, போர் முறைகளின் நுணுக்கங்கள், நாடுகளின் இயல்புகள், நாடாள் வோரின் போக்கு எனும் இவை பற்றிய ஏடுகளைப் படிப்பதிலே ஈடுபட்டுச், சிறப்பறிவு எனும் செல்வத்தைத் தேடிப்பெற்றுக் கொண்டிருந்தான். வரலாறும், பூகோளமும் நெப்போலியன் படித்துக் கொண்டிருப்பான்; அவனுடைய தோழர்களோ, வடிவழகு இயற்கையா செயற்கையா என்பது பற்றிய கருத்துக்களிலே மூழ்குவர்.

கணக்குப் பாடத்திலே நெப்போலியனுக்கு மிகுந்த அக்கறை! படைத்துறைக்கு இந்தப் பயிற்சி மெத்தப் பயன் படக்கூடியது.

காதலிக்கத் தெரியாதா என்றால், தெரியும்; கண்மண் தெரியாமல் அதிலே சிக்கிக் கொள்வதில்லை - வேறு கடமையிலே ஈடுபடும்போது காதல் விளையாட்டிலே நுழைவதில்லை.

நெப்போலியன் மனத்தைக் கொள்ளை கொண்ட ஜோசபைன், வியக்கத்தக்க பேரழகி - விதவை - விரும்பத்தக்க அவள் கட்டுண்டான் நெப்போலியன் - அவளைப் பற்றிப் பல்வேறு வதந்திகள் உலவின - “அந்த மதுக்கோப்பையா! சுவைமிகுதிதான் - ஆனால் எச்சிற் கலமாயிற்றே” என்று கூடப் பேசுவர். ஆனால் நெப்போலியன் கண்களுக்கு, காதற் கலையின் அழகத்தனையும் திரண்டெழுந்து வடிவமெடுத்து ஜோசப்பைனாக வந்ததாகத்தான் தெரிந்தது. நெப்போலியன் தன் நேரத்தையும் நினைப்பையும் பெரிதும் படிப்பிலேயும் பிரச்சனைகளைப் பற்றிச் சிந்திப்பதிலேயும் ஈடுபடுத்தியதால், அவனால் குயிலுக்கும் கருங்குருவிக்கும், மயிலுக்கும் வான் கோழிக்கும், பருவ மெருகுக்கும் பூச்சு மினுக்குக்கும், முகமலர்ச்சிக்கும் பாவனைச் சிரிப்புக்கும், மயக்கும் மொழிக்கும் மயக்க மொழிக்கும், தளிர்மேனிக்கும் ஆபரணத் தகத்தகயாத்துக்கு உள்ள வேறுபாடுகளைக் கண்டறியும் கலை கற்க இயலாதிருந்தது என்று கூறலாம்.

வயதிலே தன்னைவிட மூத்தவள் என்றால் என்ன? - வசீகரிக்கத் தெரிகிறது அவளுக்கு! எனவே நெப்போலியன் ஜோசபைனை மணமுடித்துக் கொண்டான்.

தீர்ந்தது அவனுடைய இலட்சியங்கள் - திட்டங்கள் - கனவெல்லாம் கலைந்தது - இனி ஒரே களம்தானே நெப்போலியனுக்கு, ஜோசபைன் மாளிகை! ஒரே ஓர்

ஆணைக்குத்தான் அவன் எழுவான் - அவளுடைய புன்னகை - அடி மூச்சுக் குரல்! போரிலே புலிதான் - ஆனால் இனி...! என்றுதான் எவரும் எண்ணிக் கொள்வர் - ஜோசபைனை அறிந்தவர்கள்.

சிக்கலுள்ள அரசியல் பிரச்சனைகளை எல்லாம் மறந்து விட்டு, முதுபெரும் அரசியல்வாதிகள் அந்தச் சிங்காரியின் சிரிப்பொலியிலே மயங்கிக் கிடந்திட, மாலை வேளைகளிலே அவளுடைய மாளிகையைத் தேடி வருகிறார்கள் - நெப்போலியன் எம்மாத்திரம்! டோவ்லான் சண்டையிலே திறமையைக் காட்டினான் - உண்மை - வெற்றிபெற்றான் - உண்மைதான் - ஆனால் அவை, ஜோசபைனிடம் சிறைப்படுவதற்கு முன்பு! இனி?

நெப்போலியனுடைய பாசம் நிறைந்த பார்வையையும் அவளுடைய பாகு மொழி கேட்டதால் சொக்கிவிட்ட தன்மையையும் கண்டவர்கள், வீரன் காதலைப் பரிசாகப் பெற்றான்! இனி அவன் காதலன் - அவ்வளவுதான்!! - என்று தீர்மானித்தனர்.

ஆனால், கடமை அழைக்கிறபோது காதலியுடன் கொஞ்சி கிடப்பதா? என்று கேட்டானே, மாணவப் பருவத்தில் அந்த நெப்போலியன், அழகி ஜோசபைனை அடைந்ததால், மறைந்து விடவில்லை. இத்தாலி நாட்டின் மீது தாக்குதல் நடத்தப் பெரும் படையொன்று கிளம்பட்டும் - உன் தலைமையில் என்று அரசு ஆணை பிறப்பித்தது. கண்ணாளா!' என்று அவளும், 'கட்டித்தங்கமே!' என்று வீரனும், 'மலரா, இதழா?' என்று அவனும், 'கேலியா போதையா?' என்று அவளும் பேசி மகிழும் காலம் - மணமாகி இரண்டு நாட்கள் முடிந்ததும் இந்த அழைப்பு - கடும் போரிடச் செல்லும்படி.

'என் இதயம் என்னிடம் இல்லையே! அதனைத் தங்களுக்குக் காணிக்கையாக்கி நாட்கள் பல ஆகிவிட்டனவே!' என்று கூறி, தன்னை அவன் அணைத்துக் கொள்ளும் உரிமையை ஜோசபைன் அளித்தபோது ஏற்பட்ட மகிழ்ச்சியை விட எந்த அளவிலும் குறைவான களிப்பல்ல - இத்தாலி மீது போரிடப் புறப்படுக!' - என்று அரசு அழைத்தது கேட்டு.

நாட்கள் இரண்டுதானே ஆகியுள்ளன - நெஞ்சிலே உலவும் எண்ண அலைகளைப் பற்றிப் பேசி மகிழக்கூட நேரம் காணாதே - பூங்காவிலே உலவி, புதுவித இன்பம் சுவைத்திடு வதற்கு ஏற்ற மணக்கோலம் கொண்டுள்ள போதா, களம் நோக்கிச் செல்ல ஆணை - கட்டழகியை மறந்து! - நெப்போலியன் இதுபோல எண்ணி ஏங்கினானில்லை. இத்தாலியைத் தாக்குவது எப்படி? என்னென்ன முறைகளைக் கையாள வேண்டும்? எவ்வளவு வலிவு திரட்ட வேண்டும்? - என்ற இவை பற்றிய எண்ணம்தான் அவனை ஆட்கொண்டது. அணைப்பிலிருந்து தன்னை விடுவித்துக் கொண்டான். 'அன்பே! உன் காதலன் எத்தகையவன் - எத்துணை ஆற்றல் மிக்கவன் - என்னென்ன விருதுகள் பெறப்போகிறான் - யார்! நீ மகிழத்தக்க, பெருமைப்படத்தக்க வெற்றிகளைப் பெற்றிடக் கிளம்புகிறேன்; பற்பல நூற்றாண்டுகளாகப் பாரோர் மெச்ச விளங்கி வரும் இத்தாலி செல்கிறேன்! உலகப் பெருவீரன் ஜுலியஸ் சீசர் உலவிய இடம்! அங்கு செல்கிறேன் அழகு மயிலே! உன்னை அடைந்ததால் நான் பெற்ற மகிழ்ச்சியைத் துணைகொண்டு செல்கிறேன்!! வெற்றிச் செய்திகளுக்காகக் காத்திரு - உன் வேல்விழி, நான் செல்லும் பக்கம் எப்போதும் இருக்கும் என்பது அறிவேன் - நான் என் இதயத்தில், நீ அளித்த காதலைக் கருவூலமாகக் கொண்டு செல்கிறேன்!"- என்று நெப்போலியன் சொல்ல முனைந்தானேயன்றி, மணமாகி இருநாட்கள் முடிந்ததும், மலரணை மறந்து களம் செல்வதா என்று கவலை கொண்டானில்லை. - இங்குப் பாவை பன்னீர் தெளித்திடுகிறாள் - அங்கு? - இரத்தம் பொங்கும்! ஆம்! ஆனால் இரத்தம் பொங்குவதுடன் என் வீரம் பொங்கும்; வெற்றி பொங்கும்; கீர்த்தி பொங்கும். தன்

காதலிக்கு இந்தக் கீர்த்தியைப் பெற்றுத் தருவதைக் காட்டிலும் ஒரு காதலன் தரத்தக்க பெருமைமிகு பொருளும் உண்டா! - என்ற எண்ணம் எழுகிறது; இத்தாலி செல்கிறான். நெப்போலியனுடைய உறுதிப்பாட்டுக்கு இது போன்ற எடுத்துக்காட்டுகள் பல உள.

களத்திலே கடும் போரிடும் கடமையை மறந்து வேறு எந்தச் செயலிலும் தன்னை ஈடுபடுத்திக் கொள்பவனல்ல, இளமைப் பருவத்திலேயே, இந்த இணையிலா வீரன்.

1796ஆம் ஆண்டு மார்ச் 9ஆம் நாள் திருமணம் - 12ஆம் நாள் இத்தாலி நோக்கிப் பாய்கிறான்.

ஜோசபைன் வயது சிறிது அதிகமல்லவா?

நெப்போலியன், அவளைவிட இளையவன் நிச்சயமாக!

இவ்விதம் பேசுவது தெரியும் இருவருக்கும். எனவே, பதிவாளரிடம் சென்று திருமணத்தை நடத்திக் கொண்ட பொழுது, நெப்போலியன் தன் வயதை ஒன்றரை ஆண்டு கூட்டி அதிகமாக்கிச் சொன்னான் - ஜோசபைன்? தன் உண்மை வயதிலே நான்கு ஆண்டு குறைத்து, கணக்குக் கொடுத்தாள். வயது பொருத்தம் கிடைத்துவிட்டது, திருமணத்துக்கு! இருமனம் ஒன்றான பிறகு திருமணம்தானே! பொருளற்ற கேள்விகள் எழுப்புகிறார்கள் - வயது என்ன? என்று! வயதாம் வயது! எனக்கு அதை ஏற்றுக் கொள்ளும் பக்குவம் உள்ள வயது! வேறு என்ன தெரிய வேண்டும்? - சாகசப் பேச்சிலே திறமைமிக்க ஜோசபைனால் இதுபோலெல்லாம் பேசவா முடியாது. ஆனால், நெப்போலியன் அவளைத் திருமணம் செய்துகொண்டபோது, ஜோசபைனுக்கு, ஒரு மகன் - ஒரு மகள்! மகனுக்கு வயது பன்னிரண்டு! மகனைத்தான் நெப்போலியன் முதலிலே கண்டான் - அவனுடைய பேச்சும்

போக்கும் மிகவும் பிடித்தது. பிறகு அவள் வந்தாள் - நன்றி கூற.

நெப்போலியன், தன் திறமையை டோவ்லான் களத்திலே காட்டிய பிறகு, பிரான்சு ஆட்சிப் பொறுப்பை ஏற்று நடத்திக் கொண்டு வந்த குழுவினருக்கு, நெப்போலியன் மீது ஒரு பற்று; நம்பிக்கை.

ஆட்சிக் குழுவினருக்குப் பாரிஸ் நகர மக்களிலே ஒரு சாரார் எதிர்ப்பு மூட்டியபோது, நெப்போலியன், ஆட்சி மன்றத்துப் பாதுகாப்புப் பொறுப்பு ஏற்று, ஆபத்தை முறியடித்தான். எதிர்ப்பாளர்களைத் தாக்கி விரட்டி அடித்தது, ஆட்சிக் குழுவினருக்கு நம்பிக்கை மேலும் வளர்ந்தது. அந்தப் படைப் பிரிவுக்கு நெப்போலியனைத் தளபதியாக்கினர்.

எந்தப் பொறுப்பு ஒப்படைக்கப்பட்டாலும், அக்கறை காட்டித் திறம்படப் பணியாற்றுவது நெப்போலியனுடைய இயல்பல்லவா? அந்த இயல்பின்படி, குடிமக்களிடம் இருந்த ஆயுதங்களைப் பறிமுதல் செய்தால்தான், கலக உணர்ச்சி ஏற்படும்போது தாக்குதலில் ஈடுபடாமலிருப்பார்கள் என்று தீர்மானித்தான் - ஆயுதங்கள் பறிமுதல் செய்யப்பட்டன. அப்படிப் பறிமுதல் செய்யப்பட்ட ஆயுதங்களிலே, சீமான் ஒருவனுடைய வாளும் ஒன்று.

ஒருநாள், அவசரமாகத் தன்னைப் பார்க்க விரும்புகிறான் ஓர் இளைஞன் என்று நெப்போலியனுக்கு அறிவிக்கப்பட்டது.

“இளைஞனா? என்னைக் காணவா?”

“ஆமாம், பன்னிரண்டு வயது இருக்கும்.”

“பன்னிரண்டு வயதுப் பொடியனா! என்ன வேலை அவனுக்கு, என்னிடம்...?”

“கூற மறுக்கிறான்; நேரிலே கண்டுதான் கூறுவானாம்.”

நெப்போலியன் அந்தப் பன்னிரண்டு வயதினனை விரட்டிவிடவில்லல்; வரச்சொன்னான், தன்னைக் காண.

“என்ன வேலையாக...”

“ஒரு வேண்டுகோள்... தாங்கள் பலருடைய ஆயுதங்களைப் பறிமுதல் செய்தீர்கள்...”

“ஆயுதம் ஏந்தும் வயதினனல்லவே, நீ...”

“என்னுடையது அல்ல! என் தந்தையின் வாள் பறிமுதல் செய்யப்பட்டுவிட்டது...”

“அரசு பாதுகாப்புக்கான நடவடிக்கை. உன் தகப்பனார், யார்... அவர் எங்கே...”

“அவர் இறந்துவிட்டார்... கொல்லப்பட்டுவிட்டார்... புரட்சியின்போது, வாள், எம்மிடம் இருந்தது... குடும்பத்தின் பெருமைப் பொருளாக...”

“குடும்பப் பெருமையிலே அவ்வளவு விருப்பமா...”

“நியாயமற்ற உணர்ச்சி அல்லவே...”

“கூர்மையான புத்தி உனக்கு...”

வாள், திருப்பித் தரப்பட்டது; மகிழ்ச்சியுடன் அதனைப் பெற்றுக் கொண்டு சென்றான், பன்னிரண்டு வயதினன். எத்தனையோ விந்தையான சம்பவங்களிலே இது ஒன்று என்று எண்ணினான், நெப்போலியன் - இல்லை - அது தொடர் கதையாகிவிட்டது.

“தங்களைக் காண ஒரு மாது...”

“என்னைக் காண ஒரு மாதா...?”

“ஒரு சீமாட்டி...”

“சீமாட்டிக்கு இங்கு என்ன வேலை? என்னிடம்.”

“தங்களுக்கு நன்றி தெரிவிக்க வந்திருக்கிறார்கள்...”

“எதற்கு நன்றி... புரியவில்லையே...”

“பறிமுதல் செய்த வாளைத் திருப்பித் தந்தீர்களே...”

“ஆமாம்; உணர்ச்சிமிக்க பன்னிரண்டு வயதினன்...”

“அவனுடைய தாயார் - வந்திருக்கும் சீமாட்டி.”

“அப்படியா! வரச் சொல்லு.”

வந்தாள் ஜோசபைன்! நெப்போலியன், முதுமைக் கோல விதவையை எதிர்பார்த்தான் - அவன் எதிரில் வந்ததோ, புன்னகை பூத்த முகத்தழகி, புதுமலர் போலும் எழிலுடையாள், ஜோசபைன்.

"வாளைத் திருப்பித் தந்ததற்கு என் நன்றி..." என்றாள் வனிதை! ஒரு வாளா, ஓராயிரம் வாட்களைத் திருப்பித் தரச் சொன்னாலும் தரலாமே - இவ்வளவு சுவைமிகு பார்வையோடு, கேட்டால்!

வாளைப் பறித்தவனை, வேல் விழியால் அவள் வென்றாள். சீமாட்டி எனும் நிலைக்கு ஏற்ற கம்பீரம் - அதே போது அதிலே ஓர் தனிக் கவர்ச்சி - அதிகம் பழக்கமில்லாதவரிடம் பேசும்போது காட்டவேண்டிய கூச்சம்! தயக்கம்! - அதேபோது பேச்சிலே ஓர் இனிமை, குளுமை! களம் கண்டவனானால் என்ன, வெற்றிபெற நெப்போலியனால் மட்டுந்தானா முடியும். ஜோசபைன் என்ன, போர் முறை தெரியாதவளா? கட்டழகி விட்ட பார்வை, அவன் கட்டுடல் எங்கும் பாய்ந்தது - அவள் வென்றாள்!

பகுதி: 3

இவ்விதம் தொடங்கிய காதல்தான், கடிமணமாகி மலர்ந்தது. ஆனால் மணத்தை நுகர்ந்து கொண்டிருந்த வேளையிலே போர் நடாத்த அழைப்பு வந்தது. மாவீரன், இத்தாலி நோக்கிச் சென்றான்.

நெப்போலியன் கட்டழகி ஜோசபைனிடம் கட்டுண்டதிலே வியப்பில்லை - அந்த வசீகரத்தின் முன்பு வீழாமலிருக்க இயலாது. ஆனால், மற்றோர் காரணமும் உண்டு. நெப்போலியன், ஏற்கெனவே ஒரு மங்கைக்காக ஏங்கிக் கிடந்து, அது எட்டாக் கனியாகிவிட்டதால், மனத்திலே வாட்டமுற்றுக் கிடந்தவன். மாடப்புறா கிட்டாவிட்டால், மணிப் புறா கிடைக்கட்டும் என்று எண்ணி, வேட்டையாடிடும் போக்கினன் அல்லவே. எனவே, காதல் முயற்சியிலே ஏற்பட்ட தோல்வி நெப்போலியனுக்குப் பெருத்த வேதனையைத் தந்தது. தன் மனநிலையை விளக்கி, ஒரு காதற்கதை எழுதினான். எந்த எண்ணத்தையும் எழுச்சியையும், நாடகபாணியில் எழுதும் வழக்கமல்லவா - அதுபோலவே, காதலில் ஏற்பட்ட தோல்வி பற்றியும் மனம் உருகும்படி சிறுகதை தீட்டிடலானான் - வரலாறு தீட்டும் வல்லமை கொண்டோன்.

மார்சேல்ஸ் நகர வணிகரின் மகள், வனப்புமிக்க டிசயரி என்பவளை மணம் செய்துகொள்ள விரும்பினான் நெப்போலியன். அவள் செல்வக்குமாரி - நெப்போலியன் போர் வீரன் - தளபதிகூட அல்ல - களத்திலே, மற்றவரின் கட்டளைக்கு கட்டுப்பட்டு, இருக்கவேண்டியவன் இந்தத் துப்பாக்கி தூக்கிக்குத் தன் மகளைத் தருவதற்குப் பட்டாடை விற்பதால் பணம் திரட்டிய வணிகருக்கு விருப்பம் இல்லை.

நெப்போலியனுடைய அண்ணன் ஜோசப், ஒரு வணிகர் மகளை மணமுடித்துக் கொண்டு நிம்மதியாக வாழ்ந்து வந்தான் - அண்ணிக்கு உறவினள்தான் டிசயரி! நல்வார்த்தை பேசி இந்த மணத்தை முடித்து வைக்கவேண்டுமென்று கூட, அண்ணனுக்குக் கடிதம் எழுதிப் பார்த்தான்; எனினும் நெப்போலியன் எண்ணம் ஈடேறவில்லை. காதலிலே தோல்வி கண்டான்; கதை பிறந்தது. கிளிசான் - யூஜினி - என்பது கதைத் தலைப்பு. கிளிசான், நெப்போலியன்! யூஜினி டிசயரி!! மனம் உடைந்து காதலனைப்பற்றி மட்டுமல்ல, அந்தக் காதலன் எப்படிப் பட்டவன், எதிலே திறமைமிக்கவன் என்பதனையும் விளக்கினான், கதையில்.

கிளசான், பிறவி வீரன்! குழந்தைப் பருவத்திலேயே, உலகப் பெருவீரர்களைப் பற்றி அறிந்து கொண்டிருந்தான். பள்ளிப் பருவத்திலே, மற்றவர்கள்போல் மனத்தை மையலில் அலையவிடாமல் போர்முறைகளை அறிவதிலும், புதுமுறைகள் வகுப்பதிலும் ஈடுபட்டான் - திறமை மிக்கவனானான். வெற்றிமேல் வெற்றி! விருதுகள் பலப்பல! நாட்டவர் போற்றினர், நமது பாதுகாவலன் இவனே என்று.

செயல்வீரனான கிளிசான் இலட்சியக் கனவுகள் கொண்டவனாகவும் இருந்துவந்தான். சில வேளைகளில், தனியாக உலவச் செல்வான் - சிந்தனையில் பல அரும்பும் - மலரும்.

ஓர்நாள், ஏரிக்கரை ஓரத்திலே எழில்மங்கை ஒருத்தியைக் கண்டான். அவள் பெயர் யூஜினி! காதல் கொள்கின்றனர் - கடிமணம் நடக்கிறது. கடமை அழைக்கிறது; களம் செல்கிறான்; சீறிப் போரிடுகிறான்; படுகாயமடைகிறான்.

நண்பன் ஒருவன் மூலமாக நிலைமையை, யூஜினிக்குச் சொல்லி அனுப்புகிறான்.

தூது சென்றவனோ அந்தத் தோகை மயிலாளைக் கண்டதும் காதலிக்கத் தொடங்கிவிடுகிறான்.

பாவை என்ன சொன்னாள், பதில் என்ன வரும் என்று படுகாயமுற்ற நிலையிலே வீரன் களத்திலே காத்துக் கிடகிறான். அங்கோ - தூது சென்றவனிடம் அந்தத் தூரத்தைக் கொஞ்சிக் கிடக்கிறாள்.

அது தெரிகிறது கிளிசானுக்கு. நடமாடும் நிலைபெறுகிறான். ஆனால் மனத்திலே வேதனை கொட்டுகிறது. ஊர் திரும்பினா னில்லை. மீண்டும் களம் நோக்கிப் பாய்கிறான் - மாற்றாரின் படை வரிசை மிகுதியாக உள்ள பக்கம் சென்று போரிடுகிறான் - உடலெங்கும் வடுக்கள் - ஓராயிரம் தாக்குதல்கள் - போரிட்டபடி மடிந்து போகிறான்.

காதலில் தோல்வி கண்டதும், கட்டாரியால் குத்திக் கொல்பவர்கள் அல்லது கட்டாரியால் குத்திக்கொண்டோ, கடுவிஷம் குடித்தோ தற்கொலை செய்து கொள்பவர்கள், காதலிலே துரோகம் இழைத்தவளைக் காரி உமிழ்ந்து அவளுடைய கயமைத்தனத்தை ஊரறியச் செய்பவர்கள் - இப்படியெல்லாம்தான் எழுதுவார்கள் கதை எழுதுவோர்.

நெப்போலியன் அவ்விதம் அல்ல! காதலிலே ஏற்பட்ட தோல்வி காரணமாக, வாழ்க்கை வெறுத்துப் போகுமானாலும், கடும்போரிட்டபடி, களத்திலே மாற்றாரைத் தாக்கியபடி, மாற்றாரின் தாக்குதலைப் பெற்றபடி, கடைசி மூச்சு இருக்கும் வரையில் போராடிக் களத்திலே மடிந்து விடவேண்டும் என்ற எண்ணம்தான் தோன்றுகிறது.

வெற்றி அல்லது வீரமரணம் என்ற எண்ணமே எந்தப் போர் வீரனுக்கும் ஏற்படும். நெப்போலியனுடைய கருத்தும் - களத்திலே கடும்போரிட்டுக் கொண்டிருக்கும் நிலையில் வீரமரணம் ஏற்படவேண்டும் என்பதுதான் என்று கதை மூலம் தெரிகிறது.

கண்டோர் கலங்கிடவும் கேட்டோர் திடுக்கிடவுமான பெரும் போர்களைக் கண்டான் நெப்போலியன் - களத்திலே கடும் புயலெனச் சுற்றிச் சுற்றி வருவது வழக்கம். - ஆனால் அவனுக்குக் களத்திலே வீரமரணம் கிடைக்கவில்லை. எந்த மாற்றானுக்கும் அந்த ஆற்றல் இல்லை! பிடிபட்டு, அடைபட்டு, மனம் உடைந்த நிலையில், நோய் வாய்ப்பட்டு, கண்காணாத் தீவிலே இறந்துபட்டான். தீவிலே இருந்தபோது பலமுறை, 'களத்திலே இறந்திருந்தால்... வீரமரணம் கிடைத்திருந்தால்...' என்று ஏக்கத்துடன் நெப்போலியன் பேசினான். அந்த அஞ்சா நெஞ்சனைக் கொல்லவரும் எந்த எதிரியும் தப்பித்துக் கொள்ள முடியாது என்பதால் போலும். நேருக்கு நேர் நின்று தாக்காமல், கண்ணுக்குத் தெரியாமல் மறைந்திருந்து, நோய்க்கிருமிகள், உடலிலே இடம்பிடித்துக் கொண்டு, நெப்போலியனைச் சிறுகச் சிறுகச் சிதைத்துச் சாகடித்தன.

இரண்டோர் முறை களத்திலே, நெப்போலியனுக்குக் குண்டடி பட்டதுண்டு. மிகச் சாதாரணமான காயம் ஒருமுறை கணுக்காலில் ஏற்பட்டது.

மற்றோர் முறை, களத்திலே போர் கடுமையாக நடந்து கொண்டிருந்த இடத்திலே நெப்போலியன் சென்றபோது மாற்றார் சூழ்ந்துகொண்டனர் - ஆனால் வீரத்திலும் தியாக உணர்விலும் மிக்க தோழன் ஒருவன், நெப்போலியன் மீது பாயவந்த குண்டுகளைத் தன்மீது விழச்செய்து கொண்டு இறந்தான் - நெப்போலியனைத் தன் உடலால் மறைத்துக் கொண்டான்.

நெப்போலியன் இறந்துபடத்தக்க ஆபத்தான நிலை கிளம்பியபோதெல்லாம், அவன் தப்பித்துக் கொள்ளும் வாய்ப்பு எளிதாகக் கிடைத்தபடி இருந்தது.

கார்சிகா விடுதலைக்காக இளமைப் பருவத்திலே ஈடுபட்ட போது, பிரான்சுப் படையின் தாக்குதலால், நெப்போலியனுக்கு ஆபத்து ஏற்பட இருந்தது; ஆனால் தப்பித்துக் கொண்டான்.

பிரபு வம்சத்திலே பிறந்து, ஏழ்மையில் உழலும் குடும்பத்தினருக்கு இலவசமாகக் கல்வி கற்பித்துத் தரும் முறை பிரான்சு நாட்டிலே இருந்ததால், நெப்போலியன், கல்விக் கூடம் சென்றிட முடிந்தது. ஓயாமல் படிப்பதும், சிந்திப்பதுமாக இருந்துவந்த நெப்போலியன் முதல் மாணவனாக இல்லை என்றாலும், குறிப்பிடத்தக்க இடம் பெற்ற மாணவனானான். விடியற்காலை நான்கு மணிக்குத் துயிலெழுவதும், மற்ற எந்த அலுவலிலும் அதிக காலத்தைச் செலவிடாமல், படிப்பிலேயே கவனம் செலுத்துவதுமாக இருந்து வந்த நெப்போலியனைக் கண்டவர்கள், அப்போதே இவன் உள்ளம் இரு எரிமலையாகி ஒரு காலத்தில் நெருப்பைக் கக்கும் என்று கூறினர். நாளைக்கு ஒரு வேளைதான் உணவு! வாரத்துக்கு ஒருமுறைதான் உடை மாற்றுவது! கேளிக்கைக்கு நேரமும் கிடையாது. வசதியும் கிடையாது.

'ஏழை என்பதால் ஏளனம் செய்கிறார்கள் - இதைத் தாங்கித் தத்தளிக்க வேண்டி இருக்கிறது' என்று பாரிசில் இருந்து, ஊருக்கு நெப்போலியன் கடிதம் எழுதுவான். 'என்ன கஷ்டம் ஏற்படினும் பல்லைக் கடித்துக் கொண்டு பொறுத்துக்கொள் மகனே!' என்பாள் அன்னை. மிகச் சிறுவயதிலேயே பொறுப்பை மிக நன்றாக உணர்ந்திருந்தான், பல பெரிய

பொறுப்புகளைப் பிற்காலத்திலே ஏற்று நடத்த வேண்டிய நெப்போலியன்.

படிப்பது என்றால், மேலெழுந்தவாரியாக அல்ல - மிகுந்த அக்கறையுடன் - ஒன்றுவிடாமல் படிப்பதும், குறிப்புகள் எழுதுவதுமான முறையில் படித்துவந்தான்; பல அரிய ஏடுகளில் இருந்து குறிப்புகளை எடுத்துத் தொகுத்து எழுதி வைத்துக் கொண்டான்.

விந்தை நிறைந்த ஒரு செய்தி உளது, நெப்போலியன் படித்து எழுதி வைத்த குறிப்பேடுகளிலே கடைசிக் குறிப்பேட்டில்! கடைசியாக அவன் எழுதி இருப்பது எலினா தீவு பற்றிய தகவலைத்தான். அட்லாண்டிக் பெருங்கடலில் உள்ள சிறு தீவு, செயின்ட் எலினா. பிரிட்டிஷாருடையது!!

எந்த எலினா தீவு பற்றி, மாணவன் நெப்போலியன் குறிப் பேட்டில் எழுதி வைத்தானோ, அதே தீவுதான், நெப்போலியனுக்குச் சிறைக்கூடமாயிற்று; கல்லறை பூமியுமாயிற்று.

இருபதாண்டு நிரம்பப் பெற்ற நிலையிலேயே, நெப்போலியனுக்கு, கார்சிகாவை விடுதலை அடையச் செய்ய வேண்டும் என்பதற்கான செயலில் ஈடுபடும் துணிவு ஏற்பட்டுவிட்டது.

பிரான்சு நாடு, புரட்சியை வெற்றிகரமாக நடாத்தி, முடிதரித்த மன்னனை வெட்டுப்பாறையில் நிறுத்திக் கொன்று விட்டதுடன், குடி அரசு நாடாகி, கோல் காட்டுபவனுக்கெல்லாம் அஞ்சிக் கிடந்த சாமான்யர்களே கொற்றம் நடாத்தும் நிலைபெற்றிடச் செய்தது.

இதுவே, கார்சிகா விடுதலைக்கு ஏற்ற சமயம் என்று கருதிய நெப்போலியன், *1789* செப்டம்பர் திங்கள் பள்ளி விடுமுறையின்போது, தீவு சென்று விடுதலைப் படையினருடன் கூடிப் பணியாற்றினான் - வெற்றி கிட்டவில்லை. பிரான்சுக்கு எதிராகப் புரட்சி நடத்தியதற்காக, பிடித்திழுத்துச் சென்று சிறையில் அடைத்திடுவர் என்று பேசிக் கொள்ளப்பட்டது; ஆனால் அதற்கு இடம் கொடுக்காத முறையில், நெப்போலியன் பாரிஸ் திரும்பிவிட்டான். முதல் முயற்சியில் தோல்வி - காதலிலும் களத்திலும்!

திரும்பவும் பாரிஸ் நகர் வந்தபோது, நெப்போலியனுடன் தம்பி லூயியும் வந்தான். இருவரிடமும் சேர்ந்து இருந்தது *85* (பிராங்குகள்) வெள்ளி நாணயங்கள்! பாரிசில், எவ்வளவு சிக்கனமான வாழ்க்கை நடத்தினாலும், கடன்படாமல் இருக்க முடியவில்லை. கைக் கடிகாரத்தைக்கூட அடகு வைத்துச் செலவுக்குப் பணம் தேடவேண்டியதாயிற்று. பிறகோர் நாள். பல்வேறு அரசுகளிலே இருந்த செல்வக் களஞ்சியங்களின் திறவுகோலுக்கு உரிமையாளனாகும் உயரிடம் பெற்ற நெப்போலியனுக்கு.

கார்சிகா விடுதலைக்காகப் பாடுபடுபவர் என்பதால் எந்தப் பாயோலி என்பாரிடம், நெப்போலியன் மெத்த மதிப்பு வைத்திருந்தானோ, அதே தளபதியை நேரில் கண்டு, பழகி, உரையாடி, உள்ளப் பாங்கைத் தெரிந்து கொண்டபிறகு, மதிப்பு மங்கிவிட்டது - மிகச்சாதாரண ஆசாமி! விடுதலைக்கான போர் நடத்தும் திறமையுள்ளவரல்ல என்ற எண்ணம் ஏற்பட்டது. இருவருக்கும் ஏற்பட்ட கருத்து வேற்றுமை, பகை மூளும் அளவு வளர்ந்தது; ஊரார் பாயோலி பக்கம். எனவே, நெப்போலியனுடைய வீட்டைத் தாக்கக் கிளம்பினர், ஆத்திரம் கொண்ட மக்கள் - கொள்ளையும் அடித்தனர் - தலை தப்பினால் போதும் என்று நெப்போலியன் குடும்பத்தாருடன் ஓடி ஒளிய நேரிட்டது.

பாரிசில், இந்த நிகழ்ச்சி நெப்போலியனுக்குச் சாதகமான நிலையை உண்டாக்கிற்று. கார்சிகாக்காரனாக இருந்தாலும், நெப்போலியன் குடியாட்சி கண்ட புரட்சி இயக்கத்திடம் பற்று மிகக் கொண்டவன், அதனால்தான். பிரான்சு சார்பில் நின்று பாயோலியை எதிர்த்திருக்கிறான் என்று, பிரான்சிலே அரசு நடத்துவோர் எண்ணிக் கொண்டனர். புதிய ஆதரவு கிடைத்திட இந்த எண்ணம் பயன்படுவது கண்டு, நெப்போலியன் தன் பழைய கருத்தை பிரான்சிடம் கொண்டிருந்த பகை உணர்ச்சியைக்கூட மாற்றிக் கொண்டான்.

பாயோலியை எதிர்க்க, நெப்போலியனையே ஒரு படைப் பிரிவுக்குத் தலைவனாக்குகிறது பிரான்சு அரசு.

எந்தக் கார்சிகாவின் விடுதலைக்காகச் சீறிப் போரிட்டானோ, அதே கார்சிகாவில் பிரான்சு ஆதிக்கம் நிலைத்திட, அதே நெப்போலியன், எந்தப் பாயோலியை விடுதலை வீரர் என்று கொண்டாடி வந்தானோ அதே தளபதியை எதிர்த்துப் போரிட முனைந்தான்.

இலட்சியப் பற்றுள்ளவரின் செயலாகுமா இது எனில், ஆகாது. நெப்போலியன் நாட்டைக் காட்டிக் கொடுக்கும் செயலில் ஈடுபட்டுவிட்டான் என்றுதான் கூற வேண்டும் - கூறுவர் - கூறினர். ஆனால் நெப்போலியனின் மனம் வேறு விதமாகப் பக்குவம் அடைந்ததன் விளைவுதான் இந்த நிலைமை மாற்றமேயன்றி, கேவலப் போக்கு அல்ல என்பதனை மிகக் கூர்ந்து கவனித்தால் மட்டுமே உணர முடியும்!

பிரான்சு, கொடுங்கோலரின் கொலுமண்டபம் அல்ல; புரட்சிப் பூங்காவாகிவிட்டது; எனவே, கார்சிகா, தன்னைப் பிரான்சு அடிமைப் படுத்திவிட்டதாக இனி எண்ணத் தேவை யில்லை; புதிய கருத்துகள் பரவிட, புதிய ஆட்சி முறை

மலர்ந்திட, பிரான்சு நாட்டுடைய வலிவு எந்த அளவு வளருகிறதோ அந்த அளவுக்குப் புரட்சியில் பூத்த புதுமைக் கருத்துக்களுக்கு வெற்றி கிட்டும். எனவே இனி நாம் பிரான்சின் பக்கம் நிற்கவேண்டும் என்று முடிவு செய்தான் - எதனையும் ஆய்ந்தறிந்து கணக்குப் போட்டுப் பார்க்கும் திறமை படைத்த நெப்போலியன்.

பாயோலியின் கோட்டையை இருமுறை தாக்கியும் பலன் ஏற்படவில்லை - அந்தத் தளபதியின் கை ஓங்கிவிடுகிறது - நெப்போலியன் நாட்டுத் துரோகி என்று அறிவிக்கப்பட்டு விடுகிறது. நெப்போலியன் தப்பினால் போதும் என்ற நிலை! குடும்பத்துடன், கார்சிகாவை விட்டு வெளி ஏறிவிடுகிறான். அப்போதே சிக்கியிருந்தால் நெப்போலியனுடைய எதிர்காலம் இருண்டுபோய் விட்டிருக்கும்.

மார்சேல்ஸ் நகரில், ஒரு வீட்டின் நாலாவது மாடியின் தஞ்சமடை இந்தக் குடும்பம் வாடுகிறது.

இந்தச் சமயத்தில்தான் நெப்போலியனுடைய அண்ணன் ஜோசப், வணிகர் மகளை மணமுடித்ததும், நெப்போலியன் டிசயரியைக் காதலித்துக் கைகூடாமற்போனதும்.

இதிலிருந்து, நெப்போலியன் கார்சிகன் என்ற நினைப்பை மாற்றிக் கொண்டு விடுகிறான்; நிலைமை மாறிவிடுகிறது-; பிரான்சுக்காரனாகி விடுகிறான்; பிரான்சு என் நாடு என்று கொள்கிறான்.

தனித்து இயங்க முடியாது - ஏதாவது ஒரு பக்கம் சேர்ந்து தான் வாழமுடியும் என்ற நிலை ஏற்படுமானால், எந்தப் பக்கம் ஆதிக்கம் செலுத்தும் வலிவுடையதோ அங்குச் சேர்ந்துகொள்ள வேண்டியதுதான்! வீழ்த்தப்பட்டுப் போவதைக் காட்டிலும், வீழ்த்தும் வலிவு தேடிக் கொள்வது நல்லது - இது நெப்போலியன் கொண்டுவிட்ட கொள்கை.

நிலைத்து நிற்பது கொள்கை; நேர்மையுடன் கொள்கையைக் கடைபிடிக்க வேண்டும்; வேளைக்கு ஒரு கொள்கை, நாளைக்கு ஒரு கட்சி என்று மாறுவது தவறு. அதிலும் சுயநலத்துக்காக மாறுவது, மிகக் கேவலம்.

எவரும் மறுக்கொணாத, எவருக்கும் எளிதிலே புரியத் தக்க, எவராலும் போற்றிப் பாராட்டத்தக்க, இந்தக் கருத்து, நெப்போலியனுக்குத் தெரியாதா? மிக நன்றாகத் தெரியும்! படித்த ஏடுகள் கொஞ்சமா! சிந்தித்த காலம்தான் குறைவா!!

கரு உருவில் இருந்து வந்த நோக்கம் பெரிதாக வளர்ந்து வளர்ச்சி காரணமாக வடிவத்திலே மாற்றம் கொண்டுவிட்டது என்று கூறுவதுதான், பொருத்தமாக இருக்கும். கோழைத் தனமும் சுயநலமும் நெப்போலியனை மாற்றிவிடவில்லை. கார்சிகா விடுதலை என்பது, துவக்கத்தில் மிகப் பெரிய சாதனை என்று அவன் மனத்திலே தோன்றிற்று. காலம் மாறிற்று. கருத்தும் மாறிற்று! கார்சிகா, உள்ளங்கை அளவுள்ள தீவு! இதிலே ஆதிக்கம் பெற்றுத்தான் என்ன பலன்? உலகறியும் வீரனாகவா முடியும். வெற்றி பெற்றால், தீவின் தலைவனாகலாம் - எந்தச் சமயம் எந்த எதிரிக் கப்பல் வருகிறதோ என்ற திகிலுடன் இருக்கவேண்டும்; தோற்றுவிட்டால், பாரிசில், சந்தைச் சதுக்கத்தில், வெட்டுப் பாறையிலே வீழவேண்டும். இதற்கா, திரட்டி வைத்துள்ள ஆற்றல் பயன்படுவது. பிரான்சிலே பிடிதேடிப் பெற்றுக் கொள்ள வேண்டும், பிறகு பிறநாடுகள்; பேரரசு; காலத்தை வெல்லும் கீர்த்தி பெறவேண்டும் - இது நெப்போலியனுடைய புதிய கோட்பாடாகிவிட்டது.

தன் ஆற்றலிலே அளவற்ற நம்பிக்கை; அந்த ஆற்றலை வெளிப்படுத்தி வீர வெற்றிகள் பெற்றாக வேண்டும் என்ற துடிப்பு - நெப்போலியனுக்கு.

ஆதிக்கம் செலுத்த வேண்டும் என்பதிலே, அத்துணை வெறி என்று குற்றம் சாட்டினர், பிற்காலத்தில். நெப்போலியன் சொன்னான். "நான் ஆதிக்கம் பெற விரும்புகிறேன் - மறுக்க வில்லை. ஆனால் எந்த முறையில், எனக்கு அந்த ஆர்வம் இருக்கிறது என்பதைத் தெரிந்து கொள்ள வேண்டும். யாழ் வாசிப்பவனுக்கு, எப்படி, யாழிடம் தனக்கு நிகரற்ற ஆதிக்கம் இருக்கவேண்டும் என்று எண்ணம் இருக்குமோ, அப்படி எனக்கு. ஆதிக்கத்தின்மீது ஆர்வம். யாழ் வல்லோன் எதற்கு விரும்புகிறான் ஆதிக்கத்தை? யாழினின்றும் எவரையும் மகிழ் விக்கவல்ல இனிய இசையை எழுப்ப! என் நோக்கமும் அஃதே போன்றதுதான். பல அரசுகளிலே ஆதிக்கம் பெற முனைகிறேன் - எதன் பொருட்டு? அமைதி நிலைத்திட, அரசு நிலைத்திட, வாழ்வு சிறந்திட, வளம் பெருகிட! மக்கள் வாழ்ந்திட!!"

இரத்தம் இருபது ஆண்டுகள் பொங்கிடும் விதமான போர் பல நடத்தி, ஆட்சிகள் பலவற்றைக் கலைத்தும், கவிழ்த்தும், ஒரு பேரரசு அமைத்திட முனைந்தது! மக்களுக்கு நல்வாழ்வு பெற்றளிக்க என்று கூறுவதாலேயே, இருபது ஆண்டுகள் விளைந்த விபரீதங்களை விருந்தாக்கிக் கொண்டு விருது அளித்திட எவர் ஒப்புவர்!

நெப்போலியனுடைய ஆதிக்க வேட்டைக்கு ஒரு நோக்கம்கூட இருக்கலாம் - அந்த நோக்கம் நேர்த்தியானது என்று திறம்பட வாதிடவும் செய்யலாம். ஆனால் எத்தனை எத்தனை அழிவு, கொடுமை, இழப்பு, இடிபாடு, இடர்ப்பாடு! எல்லாம் கடைசியில் எதற்குப் பயன்பட்டது - ஒரு மாவீரன் மகத்தான வெற்றிகளை, திறமையால், உழைப்பால், திட்டமிடுவதால் பெறமுடிந்தது என்பதை வரலாற்றுச் சுவடியிலே இணைத்துக் காட்டத்தானே! மல்லிகையின் வெண்ணிறத்தை மாற்றிக் காட்டுகிறேன் என்று சூளுரைத்து, மதலையினைக் கொன்று, அந்தக் குருதியிலே மல்லிகையைக்

கொட்டி, செந்நிறமேற்றிக் காட்டுவதா! இரத்தம் பொங்கிடும் இருபது ஆண்டுகள், ஓர் இலட்சிய அடிப்படையிலே மேற்கொள்ளப் பட்ட புனிதப் பணி அல்லவே அல்ல!

ஆற்றலை அளவுகடந்து பெற்றவன், அவனியை அழித்தேனும், வெற்றிப் புகழ்பெற நினைந்திடும் விபரீத விளையாட்டு அது. உலக வரலாற்றிலே பல நூற்றாண்டு களுக்கு ஒருமுறை, ஏற்படும் பூகம்பம், எரிமலை, பெரும் புயல், பெருவெள்ளம்.

துவக்கத்திலேயே, நெப்போலியனுடைய போக்கைக் கூர்ந்து கவனித்தவர்கள், 'தன்னால் முடியும் என்ற எண்ணம் தடித்துப்போன நிலை இந்த வீரனுக்கு இருக்கிறது. அது மிக ஆபத்தானது. இவன் ஆட்டிப் படைத்திட, ஆதிக்கம் கொண்டு அலைந்திட முனைவான். வருங்காலத்தினர், கொடுமையின் சின்னம், பயங்கர மனிதன் என்று கூறத்தக்க நிலைக்குச் செல்கிறான் இந்த நெப்போலியன்' என்று கூறினர்.

டோவ்லான் எனும் ஊரில், பிரிட்டிஷார் கோட்டை எழுப்பிக்கொண்டு, மன்னர் கட்சியை மீண்டும் பிரான்சில் குத்தும் முயற்சியில் ஈடுபட்டிருந்தனர்.

இந்த இடத்தைத் தாக்கிப் பிடித்திடுவதற்கேற்ற வழி இல்லை என்று பிரான்சுத் தளபதிகள் பலரும் கருதினர்.

நெப்போலியன், துணிவாகத் தாக்கி, டோவ்லானில் வெற்றி பெறமுடியும் என்று கூறி, அதற்கான திட்டம் தயாரித் திருப்பதாகத் தெரிவித்தான். தயக்கத்துடன் தான், நெப்போலி யனிடம் பொறுப்பு ஒப்படைக்கப்பட்டது.

என்றாலும், வியக்கத் தக்க வெற்றியைப் பெற்றான். அஞ்சாமல் தாக்குவது, விரைவாகச் செயலாற்றுவது எனும்

போக்கின் காரணமாக அந்த வெற்றி கிடைத்தது. பிரிட்டிஷாரும் அவர்களை நம்பி அங்குக் குடியேறி இருந்த பல்லாயிரவரும் பதைபதைத்துப் போயினர்.

அந்தப் போரிலே பெரும் படைத்தலைவன், நெப்போலியன் அல்ல.

அந்தப் பதவியில் வேறொருவர் இருந்தார் - திட்டம் நெப்போலியனுடையது - வெற்றி பெற்றதற்குக் காரணம் திட்டம்தான் என்பது அனைவருக்கும் தெரியும் - பெரும்படைத் தலைவரும் அறிவித்தார் - நெப்போலியனைப் பாராட்டினர்.

நெப்போலியன் நடாத்திய புயல் வேகத் தாக்குதலால் நிலைகுலைந்து போனவர்கள், பீதியுற்று, பல்வகைக் கலங்க ளேறிக் கடல் வழியாகத் தப்பிச் செல்ல முனைந்தனர். பதினையாயிரவர், முதியவர் இளைஞர், ஆடவர் பெண்டிர், படுகாயமுற்றோர், நோய்வாய்ப்பட்டோர், பதறி ஓடுகிறார்கள் படகுகளை நோக்கி! படகுகளிலே ஏறுவதற்குப் போட்டி, சச்சரவு! படகுகள் கவிழ்ந்துவிட, பலர் பிணமாகி மிதக்கிறார்கள்.

இதற்குள் ஊரிலே ஆயுதக் கிடங்கு தீப்பிடித்துக் கொள்கிறது. பெரு நெருப்பு பரவுகிறது. சிக்கினோர் கருகினர்! கட்டடங்கள் இடிபாடுகளாயின! பொருட்குவியல் சாம்பலாயிற்று! ஒருபுறம் கொந்தளிக்கும் கடல். மற்றோர் புறம் பெருநெருப்பு - இடையிலே பீதிகொண்ட மக்கள்.

எதிரபாராதிருந்த நேரத்தில் எவரும் எதிர்பார்த்திருக்க முடியாத முறையிலே தாக்குதலை நடத்தியதால் வெற்றி கிட்டியது மட்டுமல்ல, தோற்றவர்கள் நாசமாயினர் இரத்தம்

பொங்கப் போகிறது, இனி இவன் நடாத்தும் போரினால் என்பதை அறிவிக்கும் எச்சிரிக்கையாயிற்று டோவ்லான்.

நெப்போலியனுடைய புகழ் பாடலாயினர் பலரும்.

பகுதி: 4

இடுப்பொடிந்தவர்கள் இருபது முப்பது தங்கப் பதக்கங்களை அணிந்து கொண்டு, பெரும் படைத் தலைவர்கள் எனும் பட்டம் சுமந்து கொண்டுள்ளனர். - இதோ ஓர் இளைஞன் - வீரதீரப் போர் புரிகிறான் - வெற்றிக்கான திட்டம் தருகிறான் - வெந்தழலாகிறான் எதிரிகளுக்கும் - இப்படிப் பட்டவர்கள் அல்லவோ படைகளை நடத்திட வேண்டும் - என்று அங்காடியிலும் அலுவலகங்களிலும் பேசலாயினர். இனி, நெப்போலியனுக்காக, பரிந்து பேசி இடம் தேடிக் கொடுக்க, ஒருவரும் தேவை இல்லை. அவன் ஆணையின்படி அஞ்சாது போரிட்டு வெற்றிபெற்ற படையினர் போதும், அவன் புகழ் பாட. புதிய விண்மீன் ஒளிவிடத் தொடங்கிவிட்டது என்பதனைப் பலரும் உணர்ந்தனர். வாய்ப்பு அளிக்கப்பட்டால், வாகை சூடிடலாம் என்ற நம்பிக்கை பலப்பட்டது நெப்போலியனுக்கு.

ஆனால், அவனுக்கான முன்னேற்றப் பாதை, பள்ளம் படுகுழியற்றதாக அமைந்துவிடவில்லை. அவ்வளவு எளிதாகவும் ஒரு புதியவனுக்கு இடம் அளித்துவிடப் பலருக்கு மனம் ஒப்பவில்லை.

அரசு நடாத்துவோர் போர்க் கருவி பெறும் காரியமாக நெப்போலியனை, ஜெனோவா நகர் அனுப்பி வைத்தனர். அங்கு இருக்கும்போது, யாரோ மூட்டிவிட்ட கலகத்தால், அரசினர் நெப்போலியன்மீது ஐயம் கொண்டனர் - ஏதோ சதி நடத்துகிறான் என்று கூறிச் சிறைப்படுத்தினர்.

'வெற்றி! வெற்றி!' என்று முழக்கமிட்டான் இளைஞன் - பாபம் சிக்கிக் கொண்டான் வசமாக - காலமெல்லாம் சிறையோ அல்லது சுட்டுத் தள்ளிவிடுவார்களோ, என்ன

கதியோ இவனுக்கு என்று ஏளனமாகச் சிலரும், இரக்கம் காட்டிப் பலரும் பேசினர்.

நெப்போலியன் மனம் வெகு பாடுபட்டிருக்க வேண்டும். தூய்மை பற்றி ஐயப்பாடு கிளப்பப்படும்போது, உள்ளம் வெதும்பத்தானே செய்யும். அவ்விதமான மன வேதனையின் போதெல்லாம், நெப்போலியன் வாழ்க்கையையே வெறுத்துப் பேசுவதும், தற்கொலை பற்றி எண்ணுவதும் வாடிக்கை.

என்ன வேலை இருக்கிறது இந்த உலகில். எப்படியும் சாகப் போகிறேன் ஓர்நாள் - என்னை நானே கொன்று கொள்வது சாலச்சிறந்ததல்லவா! அறுபது ஆண்டு முதியவனாகிவிட்டிருப்பின், பரவாயில்லை; இவ்வளவு காலம் இருந்ததுபோல் இன்னும் சிறிது காலம் இருந்துவிடலாம் என்றுகூட எண்ணிக் கொள்ளலாம். நான் முதியவனல்ல; தொல்லைககள், மனச்சங்கடங்கள் அடுக்கடுக்காக, எனக்கு மகிழ்ச்சி திருப்தி இல்லை. ஒருபலனு மற்ற இந்த வாழ்வு இருப்பானேன் - முடித்துக் கொண்டால் என்ன? இவ்விதமாக, மனம் வெதும்பி எண்ணுகிறான், நெப்போலியன்.

உள்ளத்தில் ஓராயிரம் எண்ணங்கள் - அவற்றைச் செயல்படுத்தும் வாய்ப்பு கிடைக்கவில்லை என்றால், எண்ணங்கள் நச்சரவுகளாகி இதயத்தை அல்லவா கடித்து, பிய்த்துத் தின்னத் தொடங்கும்? அந்த நிலை நெப்போலியனுக்கு.

அதிலும், துரோகிப் பட்டம் வேறா? செ! என்ன உலகம் இது! - என்று கூறிக் குமுறுகிறான். நண்பர்கள் சிலர், சிறையிலிருந்து தப்பி ஓடிவிடும்படிச் சொல்கிறார்கள். செவி சாய்க்க மறுக்கிறான்.

“நாட்டுக்குத் துரோகியாக என் தந்தையே மாறினாலும் அவரைக்கூடக் குத்திக் கொன்று போடுவேன். என்னைத் துரோகி என்று தூற்றுவதா! என்று தளைகளை நீக்கி, நான் குற்றமற்றவன் என்பதை ஏற்றுக் கொண்டு விடுதலை அளியுங்கள். அடுத்த கணம், என்னைச் சாகச் சொல்லுங்கள் நாட்டுக்காக. தயார்! மகிழ்ச்சி! சாவுக்கு அஞ்சுபவன் நான் அல்ல! களத்திலே, மரணத்தின் பிடியில் பலமுறை சிக்கிக் கொண்டவன், நான்” என்று நெப்போலியன் நண்பனுக்கு எழுதுகிறான்.

பெரியதோர் ஆபத்து, நெப்போலியனுக்கு ஓர் எதிர் காலம் இல்லாமல் செய்துவிடக் கூடிய பழி, எப்படியோ ஒரே வாரத்திலே துடைக்கப்பட்டு, நெப்போலியன் விடுதலை பெறுகிறான்.

நாடு பல காலடி வீழத்தக்க போர்த் திட்டங்களை உருவாக்கி வைத்துக் கொண்டு, உலவுகிறான் மாவீரன் - மதிப்பளித்து ஏற்றக் கொள்வார் இல்லை. வாழ்க்கையிலே மகிழ்ச்சியாவது உண்டா? இல்லை. பணமுடை! சோம்பிக்கிடக்க வேண்டிய நிலை! அண்ணன் ஜோசப் பரவாயில்லை - வணிகனின் மகளை மணந்துகொண்டு, சொத்து சுகம் பெற்று இருக்கிறான் - நெப்போலியனுக்கு? டிசயரியிடம் கொண்ட காதல் கைகூட வில்லை! பணத்தொல்லை! அண்ணனிடம் சிறிதளவு பொறாமைகூட ஏற்பட்டது.

நெடுங்காலம் அடைபட்டுக் கிடக்கும் பொன், என்றேனும் ஓர்நாள் வெளியே வந்திடுவது காண்கிறோம் - அதுபோலவே, மங்கிக் கிடக்கும் ஆற்றல், வெளிவர வாய்ப்புக் கிடைத்தது.
அரசாளும் குழுவினருக்கும் பாரிஸ் நகர மக்களுக்கும் பகை! குழுவினருக்குப் பாதுகாப்பு அளித்திடும் பொறுப்பு, நெப்போலியனிடம் ஒப்படைக்கப்பட்டது.

வேற்று நாட்டவரை வீழ்த்துவதிலேயே விருதுகள் கிடைக்கும் - இது உள்நாட்டிலேயே ஒருவரை ஒருவர் வெட்டி வீழ்த்திக் கொள்ளாமல் பார்த்துக் கொள்ளும் வேலை, இதுதானா, எனக்கு? மலை முகடு தாவி மாற்றானை வீழ்த்த வல்ல என்னை, காவல் காத்திடச் செய்கின்றனர் - கலகம் விளைவிக்கும் கும்பலை அடக்கச் சொல்லி, நாடாளும் பொறுப் பாளர்களின் வீரம்! - என்று எண்ணி, உள்ளூர சிரிக்கிறான்; உலகாளும் ஆற்றலை உள்ளத்தில் அடக்கி வைத்துக் கொண்டுள்ள வீரன்.

பீதி கொண்ட ஆளும் குழுவினரிடம், ஆர்ப்பரித்து எழுந்து, அமளி மூட்டிடும், கும்பல் மோதிக் கொள்ள வந்த போது, நெப்போலியன், கலகக்காரர்கள்தானே, கைஒலி கேட்டாலே சிதறி ஓடுவர் என்று இருந்துவிடவில்லை - கடுமையாகத் தாக்கினான் - பலரைச் சுட்டு வீழ்த்தினான்! துணிவு! துரிதமான நடவடிக்கை!!

லூயி மன்னன், புரட்சிக்காரர்களால் பிடித்திழுத்துச் செல்லப்பட்ட நாட்களிலேயே, நெப்போலியன், நண்பர் சிலரிடம் மெல்லிய குரலில் கூறியிருக்கிறான். கண்டதைக் கையில் எடுத்துக் கொண்டு, காட்டுக் கூச்சலிடும் கும்பலின் முன்வரிசையிலே உள்ள சிலநூறு பேர்வழிகளை, மன்னர் படையினர் சுட்டுத்தள்ளி இருந்தால், பின்வரிசை யாவும் பீதி அடைந்து, சிதறி ஓடி இருக்கும். தவறிவிட்டார்கள் மன்னர் தரப்பினர் என்றான்.

மன்னர்களின் மமதையும் சீமான்களின் செருக்கும் நெப்போலியன் மனத்திலே வெறுப்பை மூட்டியதுபோலவே மக்களின் காட்டுப்போக்கும் கடுங்கோபத்தை மூட்டிற்று.

“மக்களாம், மக்கள்! என்ன தெரியும், அப்பாவிகளுக்கு? ஆயிரம் அறிவுரை பேசட்டும்; திருந்துவார்களா? அமைப்புகளை மேலும் மேலும் செம்மைப்படுத்தட்டும்; நல்வாழ்வு பெறுவார்களா? ஒருக்காலும் இல்லை. மக்களுக்குத் தேவைப்படுவது, தத்துவங்களுமல்ல, விதவிதமான அமைப்புகளிலே இடமும் அல்ல! அவர்களுக்குத் தேவை, அவர்கள் போற்றத்தக்க, புகழ்மிக்க ஒரு தலைவன்! பரம்பரை காட்டியோ பணத்தைக் காட்டியோ புகழ் பெற்றவர்களை அல்ல; ஆற்றலைக்காட்டி, பெற்ற வெற்றிகளைக் காட்டி ஒரு தலைவன் புகழ் ஒளியுடன் நின்றால் போதும், மக்கள் அவன் ஏவலம்படி நடந்திட போட்டியிட்டுக் கொண்டு வருவார்கள். இது நெப்போலியன் கொண்டிருந்த கருத்து. மக்களை மதியாத மாமன்னர்களை விரட்டி அடித்து, மக்களாட்சி அமைத்த நாட்கள் - அதே பிரான்சு - அங்கு மக்களை மரப்பாச்சிகள் என்று கணக்கிடும் போர்வீரன் - அவன் புகழ் பெறுகிறான்! பொருள் என்ன? மக்களாட்சி மறைகிறது. மாவீரன் காலடி வீழ்ந்து, அவன் கட்டளைப்படி நடக்கும் முறை வெளிவருகிறது என்பதுதான்.

இந்தச் சம்பவம், நெப்போலியனுக்கு ஒரு புதிய இடம் பிடித்துக் கொடுத்திட மட்டும் பயன்படவில்லை. ஆட்சிக் குழுவில் அமர்ந்து அமுல் நடத்தும் பொறுப்பாளர்கள், எவ்வளவு கோழைகள், முதுகெலும்பு அற்றவர்கள் என்பதைத் தெளிவாக நெப்போலியன் உணர்ந்து கொள்ள வைத்தது.

பெரிய கூட்டமாம்! துப்பாக்கியுடன் வருகிறார்களாம்! - என்று பீதியுடன் பேசினர், நாடாள்வோர். என்ன நடக்கும்! எத்துணை திகில்! இவ்வளவுதானா இவர்கள் - இதுகள்! போரிடத் தெரியாத மக்கள், ஆயுதம் எடுத்து வந்தாலே, குலைநடுக்கம் எடுக்கும்போது, அஞ்சாநெஞ்சுடைத் தலைவனொருவன் ஆணையின்படி நடந்திடும் ஆற்றலுள்ள கட்டுப்பாடுமிக்க ஒரு படை இவர்களை எதிர்த்தால் என்ன ஆவார்கள்? - என்று எண்ணினான் - எதிர்காலமே அவன் கண்ணெதிரே தெரிகிறது.

ஒருவர் சொல்லியிருக்கிறார், "நெப்போலியன், எரி நட்சத்திரம்போல! வளர வளர ஒளி அதிகமாகும் - வேறெந்த ஒளியையும் மிஞ்சும் அளவு. ஆனால் ஒளி மிகுந்திட மிகுந்திட, தன்னைத் தானே எரித்துக் கொண்டுவிடும் - எவ்வளவு அதிக மாக ஒளி காணப்படுகிறதோ அவ்வளவு அதிகமான நெருப்பு பிடித்துக் கொண்டது என்று பொருள் - எவ்வளவு வேகமாக ஒளி வருகிறதோ அவ்வளவு வேகமாக, பற்றி எரிந்து கொண்டு போகிறது என்று பொருள். இறுதி? கருகிப் போய் விடுகிறது. எரிநட்சத்திரம், நெப்போலியனுடைய வரலாறும் இதுதான்."

இத்தாலி நோக்கிக் கிளம்பும்போது புகழ், புள்ளி அளவாகத்தான் இருந்தது.

பாரிஸ் - பள்ளி அறை - பளிங்குக் கண்ணாடி - எனக்குப் பின்னால். முன்னால் இருப்பது புகழ் தரும் வெற்றிகள்! என்று எண்ணியபடி, களம் நோக்கிச் செல்கிறான். வழியிலே, தங்கு மிடங்களிலிருந்தெல்லாம், ஜோசபைனுக்குத் காதற் கடிதங்கள் தீட்டுகிறான். களம் வந்திராவிட்டால், என்னென்ன பேசி மகிழ்ந் திருப்பானோ, அவற்றை எல்லாம் கடித மூலம் அனுப்பி மகிழ்கிறான் - மகிழ்விப்பதாகவும் எண்ணிக் கொள்கிறான்.

இத்தாலி மீது படை எடுத்துச் சென்று பிடித்திடவேண்டும் என்பது அரசு ஆணை. ஆனால் அதற்கு ஏற்ற வலிவுமிக்க படை உண்டா? இல்லை! வசதிகள் உண்டா? கிடையாது! ஆனால் இவற்றைக் கூறித் தயக்கம் காட்டினானா என்றால் இல்லை. போரிலே ஈடுபட்டுப் பயிற்சி பெற்ற பொறியியல் அதிகாரி ஒருவர் கூடக் கிடையாது. வத்தலும் தொத்தலுமான நாலாயிரம் குதிரைகள்; உணவு போதுமான அளவு இல்லை; செலவுக்கான பணம் மிகக் குறைவு. ஆனால், உடன் சென்ற படையினரிடம் வீரம் நிரம்ப! அதனை அதிகமாக்கத்தக்க

உணர்ச்சியை, உற்சாகத்தை ஊட்டவல்ல வீர உரை நிகழ்த்தினான் நெப்போலியன்.

இந்தப் போரிலே நெப்போலியன் காட்டிய துணிவும் மேற்கொண்ட முறைகளும், வல்லரசுகள் பலவற்றுக்குக் குலை நடுக்கத்தை ஏற்படுத்திவிட்டன.

இத்தாலியைத் தாக்க, மிக உயரமான, பனி நிரம்பிய, ஆல்ப்ஸ் மலையைக் கடந்தாக வேண்டும் என்று திட்டமிட்டான் - கேட்போர் மலைக்கத்தக்க திட்டம்.

ஆல்ப்ஸ் மலையை முன்பு அனிபால் எனும் இரணகளச் சூரன் கடந்ததுண்டு. உலகம் வியந்தது.

நெப்போலியன், வேறு எவராயினும் இதனைச் செய்திருப்பர் என்று கூறிடத்தக்க செயலை நடத்திக் காட்டுவது போதாது என்ற எண்ணம் கொண்டவன். இதற்கு முன்பு இதுபோலச் செயலாற்றியவர் எவரும் இல்லை! - என்று எவரும் வியந்து கூறத்தக்க செயல்களைச் செய்வதிலேயே நாட்டம் மிகுதியும் கொண்டிருந்தான்.

எது நடைபெறாது என்று மாற்றார் நம்பிக் கொண்டிருக் கிறார்களோ, அதனை நடத்திக் காட்டுவது எதிரி முகாமைக் கிடுகிடுக்க வைத்துவிடும் என்பதனை நெப்போலியன் அறிவான். ஒவ்வொரு களத்திலும், இதனை நோக்கமாகக் கொண்டு, கேட்போர் திடுக்கிடத்தக்க செயலாற்றி, வீரக்கதை தீட்டியபடி இருந்தான்.

ஆல்ப்ஸ் மலையுச்சியைக் கடந்து படை வர இயலுமா? என்று எண்ணி ஏமாந்து கிடப்பர், மாற்றர்கள். மலையைக் கடந்து நம் படை எதிரே சென்று நின்றால் போதும், பீதி எதிரியின் வலிவிலே பாதியைச் சாகடித்துவிடும் என்று அறிந்து திட்ட மிட்டான், வீரத்தளபதி.

ஆல்ப்ஸ் மலையைக் கடப்பதற்கான திட்டத்தை, மிகத் திறமையாக, தீர யோசித்து வகுத்தான். இயற்கை விளைவிக்கக் கூடிய கொடுமைகளையும் சமாளிக்க வேண்டும், எதிரிப்படை களின் தொல்லைகளுக்கும் ஈடுகொடுக்க வேண்டும். படை வீரர்கள் மட்டுமல்ல, பீரங்கி வண்டிகளும் மலையைக் கடந்தாக வேண்டும். உணர்ச்சி ஊட்டத்தக்க தலைவனால் மட்டுமே, இத்தகைய மகத்தான செயலைச் செய்யும்படியான வீரத்தைப் படையினர் பெறச்செய்ய முடியும்! நெப்போலியன், தான் கொண்டிருந்த நம்பிக்கையைப் படையினர் அனைவரும் பெறத் தக்கவிதமாக நடந்து கொள்வான். பட்டாடைகளாலான கூடாரத்தில் ஒய்வாகச் சாய்ந்து கொண்டு, களியாட்டத்துக் கிடையே, கட்டளை பிறப்பித்துக் கொண்டுள்ள, படைத் தலைவன் அல்ல; குடும்பப் பெருமை காரணமாகவோ, கொலுமண்டபத்து தயவாலோ, படைத் தளபதியான வனல்லவே நெப்போலியன். ஓயாத உழைப்பினால், மங்காத வீரத்தால், செயலாற்றும் திறத்தால், முன்னணியில் நிற்பவன். எனவே, தன் படைவரிசையிலும் வீரம் காட்டப்படும் போதெல்லாம் பாராட்ட, பரிசு வழங்க, பெரிய பதவிகள் அளித்திடத் தவறுவதில்லை. தமது வீரச் செயலைப் பாராட்ட, வாழ்த்த, தலைவன் முன்வருவது தெரிந்ததும், படைவீரர்கள் புதிய எழுச்சி பெறத்தானே செய்வர்.

நெப்போலியனிடம், படை வீரர்களுக்கு ஏற்பட்ட பாசம், மிக உன்னதமானது. அவன் ஆணை எதுவாயினும், முறை எது கூறினும், தட்டாமல் தயங்காமல் மட்டுமல்ல, மகிழ்ச்சியுடன் அவற்றின்படி நடப்பர்.

வெற்றி பெற்றுத்தரத்தக்க மாவீரன், நமது தலைவன் என்ற உணர்ச்சி, படையிலே, எப்போதும், எத்தகைய சூழ்நிலையிலும், நெப்போலியனுக்காக உயிரைக் கொடுக்கவும், போர்வீரர் காத்துக் கிடந்தனர். அரச

குடும்பத்தினர், சீமான்கள் என்போர் மட்டுமே பெரிய பதவிகளைப் பெற்று வந்தனர் பட்டாளத்தில். நெப்போலியன் அப்படிப்பட்டவன் அல்ல. எளிய குடும்பம் . உழைப்பால் உயர்ந்தவன். எனவே, அவனிடம் எளிய குடும்பத்தினரான போர்வீரர்களுக்கு உயிர். சொந்தத்தோடும் பந்தத்தோடும் பழக முடிகிறது. செல்லப் பெயரிட்டு அழைத்து மகிழ முடிகிறது. எனவே, வேறு எந்தக் காலத்திலும் ஏற்படாத விதமான தீவிர எழுச்சி காட்டிப் போரிட்டனர், நெப்போலியன் தலைமையில் இருந்து வந்த போர்வீரர்கள். ,

துணிகரமான போக்குடன், பெரிய ஆபத்துகளைப் பற்றிக் கவலைப்படாமல் போரிடும் வீரமிக்க பல தளபதிகள் தோன்றினர். அவர்கள் ஒவ்வொருவரும் ஒவ்வோர் அளவில், நெப்போலியன்களாகவே விளங்கினர். எதிர்ப்படை எத்துணை பெரிதாக இருப்பினும், தன்வசம் உள்ள படையைக் கொண்டு, எதிரிப் படைவரிசையில் ஏதேனும் ஓர் பகுதியை மிக வேகமாகத் தாக்கி, எதிரிப்படை வரிசையில் பிளவை ஏற்படுத்தி, சிதறவைத்து, நிலை குலைந்து அப்படை ஓட, துரத்திச் சென்று தாக்கி அழிப்பது, நெப்போலியன் கையாண்ட போர்முறை. இதற்கு அச்சமற்ற போக்கும், கணக்கிட்டபடி காரியமாற்றும் துரிதத் தன்மையும் வேண்டும்.

'களத்திலே பெறக்கூடிய சில வெற்றிகளை இழக்கக்கூட நான் சம்மதிப்பேன். ஆனால் காலம் வீணாக்கப்படுவதை, இழக்கப்படுவதை மட்டும் விரும்பவே மாட்டேன்' என்று நெப்போலியன் ஒருமுறை கூறினான்.

போர் நடைபெறும்போது, நெப்போலியன் குதிரை மீதேறி களத்திலே எங்கெங்கு சென்று நேரிடையாகக் காரிய மாற்ற வேண்டுமோ அங்கெல்லாம் செல்வான் - காற்றெனச் சுற்றிச் சுற்றி வருவான். வேலை கடினமானது ஆக ஆக அவன் சுறுசுறுப்பு வளரும். நிலைமையில் ஆபத்து அதிகப் பட அதிகப்பட நெப்போலியனுடைய வீர உணர்ச்சி கொழுந்து

விட்டு எரியும். பசி தூக்கம் மறந்து பம்பரமாகச் சுற்றுவான். களத்திலேயே ஓரிடத்தில் குதிரைமீது அமர்ந்தபடியே சில நிமிடங்கள் கண்களை மூடிக்கொள்வான் - தூக்கம்! உடனே விழித்துக் கொள்வான் - புது வேகம் பிறக்கும்.

செயலாற்றுவதற்கான வேகம், அளவிட முடியாதபடி இருந்தது. இத்தனைக்கும், சில படைத் தலைவர்கள் போல், பார்க்கவே பயங்கரமாகத் தோற்றமளிக்கும் பேருருக்கொண்டவன் அல்ல. நாலடி பத்து அங்குல உயரம். நெப்போலியன் - ஐந்தடிக்கும் குறைவு. குதிரை மீது அமர்ந்திருக்கும் போது மட்டுமே கம்பீரமான தோற்றம் இருக்கும். நேர்த்தியான உடற்கட்டு! களைப்பு சலிப்பு அவனைத் தீண்டுவதில்லை.

நினைத்தபோது தூங்கவும் முடியும் - விரும்பிய உடனே விழித்துக் கொள்ளவும் முடியும். பல நாட்கள் போதுமான அளவு தூங்காமலேயே, வேலைசெய்து கொண்டிருக்க இயலும். விடிய விடிய வேலை செய்வதுண்டு - உடன் இருப்பார், களைத்துப் போய்க் கண் அயர்வர்; நெப்போலியன் துளியும் சோர்வின்றிக் காணப்படுவான். உணவு உட்கொள்வதிலும் நெப்போலியன் அதிகமான ஆர்வம் காட்டுவதில்லை. படாடோபமான முறையிலே, பத்துப் பன்னிரண்டு வகைகள் கொண்ட விருந்து உண்டிடுவதிலே விருப்பம் கொள்வதில்லை. பெரிய நிலைக்கு அழைத்துச் செல்லப்பட்ட பிறகு, பேரரசனான பிறகு ஏற்பாடு செய்யப்பட்ட ஆடம்பரமான விருந்திலேகூட அவன் மனம் ஈடுபட்டதில்லை. சீமான்கள் சீமாட்டிகளிடம் சிரித்துப் பேசிக் கொண்டே பல பண்டங்களைத் தொடுவது" துண்டாடுவதும், சுவைப்பதும் சிதற விடுவதுமான முறையில் நெடுநேரம் விருந்து சாப்பிடுவது சம்பிரதாயம். ஒருபுறம் இன்னிசை! எங்கும் மெல்லிய குரலிலே பேச்சு. விழியாலே மொழி பேசும் கலை! நடந்தவற்றை எண்ணிப் புன்னகை, நடக்க வேண்டியவற்றை நினைத்து ஏக்கப் பார்வை, பெருமூச்சு!

இப்படி, மணிக் கணக்கிலே விருந்து நடைபெறும். நெப்போலியன் இதனைக் காலக்கேடு என்று கருதினான் - அரைமணி நேரத்திலே விருந்து வேலையை முடித்துக் கொண்டு, எழுந்துவிடுவான். மற்றவர்கள் பாடு திண்டாட்டமாகிவிடும். அவர்கள் அப்போதுதான், உள்ள பண்டங்களில் எதை உண்பது என்ற முடிவுக்கு வந்து, சிறிதளவு சுவைத்துக் கொண்டு இருப்பார்கள். நெப்போலியன் அதுபற்றிக் கவனம் செலுத்துவதில்லை - தன் வேலை முடிந்ததும் எழுந்துவிடுவான். மாமன்னன் எழுந்தான பிறகு, மற்றவர்களும் எழுந்தாக வேண்டுமே! இருந்து முடிந்துவிட்டதாகத்தானே பொருள். எனவே, எழுந்துவிடுவார்கள் - விருந்து கலைந்துவிடும். விதவிதமான பண்டங்கள் வீணாகிக் கிடக்கும்; பசித்த வயிறோடு பலரும் தத்தமது இடம் செல்வர்.

மாமன்னன் நெப்போலியன் நடத்தும் விருந்துக்குப் போவதானால், போகுமுன் வீட்டில் வயிறு நிரம்பச் சாப்பிட்டு விட்டுத்தான் செல்லவேண்டும் என்று பலரும் பேசுவர். பானங்கள் பருகுவதிலும் நெப்போலியனுக்கு ஆர்வம் அதிகம் கிடையாது. போதை தரும் பழச்சாறு பருக்கும்போதுகூட இனிப்புக்காகவும் உடல் வலிவுக்காகவும் பருகவேண்டுமே தவிர, சுருண்டு கீழே விழவோ, உளறுமொழி பேசவோ அல்ல என்ற எண்ணத்தில் திராட்சை ரசத்தாலான போதை பானத்தில் நிரம்பத் தண்ணீர் கலந்துதான் பருகுவான்.

போரில் புதுமுறை காண்பவன் நெப்போலியன். எனவே, போர் இப்போதைக்கு இல்லை என்ற எண்ணத்தில், ஏற்பாடுகளைச் சரியாகச் செய்து கொள்ளாமல், மாரி கால விடுதிகளிலே ஓய்வாக எதிரிப்படைகள் இருப்பதனை அறிந்து தாக்கி திகைக்க வைத்து வெற்றி கொள்ள இதுவே தக்க சமயம் என்று துணிந்து திட்டமிட்டு இயற்கையுடன்

போராடுவதால் களைத்துக் கிடந்த தன் வீரர்களுக்கு உற்சாகமூட்டி, முன்னேறச் செய்தான்.

“குதிரைகள் போதுமான அளவு இல்லையே” என்பார் ஒரு தளபதி.

“நம்மிடம் இல்லை-சரி; ஆனால் வேறு எங்குமா குதிரைகள் இல்லை? எங்கு இருந்தாலும் சரி, குதிரைகளைப் பிடித்து வாருங்கள்” என்று உத்தரவு கிளம்பும், நெப்போலியனிடமிருந்து.

உணவு பற்றாக்குறை, நோய் - இவை எதிரிகளே! பணிந்துவிடக்கூடாது, இவற்றிடம். தாங்கிக் கொள்ள வேண்டும்; தாக்கக் கிளம்ப வேண்டும் என்பான் நெப்போலியன். அதுபோலக் கூறிவிட்டு அலங்கார வண்டியில் அமர்ந்து கொண்டு கேளிக்கைக்கூடம் சென்றுவிடுபவனா? இல்லை! முன்பு அப்படிப்பட்டவர்கள் பதவி வகித்தனர் - இவன் பிறவித் தளபதி! பதினெட்டு மணி நேரம் வேலை - களத்துக்கான எல்லாவிதமான ஏற்பாடுகளையும் கவித்துக் கொள்கிறான் - வைரங்கள் இழைக்கப்பட்ட தங்கப்பதக்கங்கள் நிரம்பிய பளபளப்பான பட்டாலான உடை அல்ல அணிந்திருப்பது, போர்த் தளபதி அணியும் உடைதான் - படாடோபம் துளியும் இல்லை. இரவெல்லாம் வேலைசெய்து விட்டு, விடியும்போது படுத்திடுவான் - தூக்கம் வருவதற்குள், போர் பற்றிய ஏதேனும் ஓர் புதிய எண்ணம் தோன்றும் - காலையில் பார்த்துக் கொள்வோம் என்று இருந்து விடுவதில்லை - உடனே கிளம்புவான், படையினருக்குக் கூற; புதிய ஏற்பாடுகளைக் கவனிக்கமகத்தான செயலை மேற்கொண்டிருக்கிறோம் என்ற உணர்வும், வெற்றி பெறத்தக்க ஆற்றலுமுள்ளவர்கள் நாம் என்ற நம்பிக்கையும், ஒரு படைக்கு வலிவான போர்க் கருவிக்கும். அழிக்கும் வலிவுகொண்ட படைக்கலன்களைக் குவித்து வைத்துக்

கொண்டிருக்கலாம், ஆனால் உறுதியும் நம்பிக்கையும் இல்லை என்றால் வெற்றி கிட்டாது. உறுதியும் உணர்ச்சியும் படையினர் பெறத் தக்கவிதமான செயல் வீரனாகவும் பேச்சுத்திறன் மிக்கவனாகவும் விளங்கினான் நெப்போலியன்.

“தொல்லைகள் பலவற்றைத் தாங்கிக் கொண்டீர்கள், அவற்றுக்கெல்லாம் ஒரு முடிவு கட்ட தீர்மானித்துவிட்டேன். அதோ அந்த மலைகளுக்கு அப்பால், இருக்கின்றன, உணவு, உடை, பாய்ந்திடும் புரவிகள், பொன், பொருள் யாவும். எல்லாம் நமக்காக! செல்வோம், வெல்வோம், அவற்றைக் கொள்வோம். எதிரிகளை நாம் சந்திக்கக் கிளம்புவோம் - இடையிலே உள்ள உடைகளைத் தகர்த்துவிட்டு முன்னேறி, நமது ஈட்டிமுனைகளை எதிரிகளின் மார்பில் பாய்ச்சுவோம் - புறப்படுக!”

பகுதி: 5

மாவீரன் நெப்போலியன் இதுபோல எழுச்சியூட்டினான்? போர் வீரர்கள் எத்தகைய உணர்ச்சிவயப்பட்டிருப்பார்கள் என்பதனைக் கூறவும் வேண்டுமா? முன்னேறிச் சென்றனர் - மூடுபனிக்கு இடையே படைகள் பாய்ந்தன - எதிரிப்படை வரிசைகளைத் தாக்கினர் - நிலைகுலைந்தது - குணம் குவிந்தது - இரத்தம் பொங்கிற்று - வெற்றி மலர்ந்தது.

நெப்போலியன் பெற்ற வெற்றி, அதைப் பெற அவன் தீட்டிய திட்டம், போர் வீரர்கள் வட்டத்திலேயே ஓர் புதிய கிலியைக் கிளப்பிவிட்டது.

எப்படி முடிந்தது இத்தனை மகத்தான வெற்றி பெறும் - என்று கேட்டுக் கேட்டு வியந்தனர். பாரிசில் விழா! நெப்போலி யனுடைய பெயர், ஒவ்வொருவர் பேச்சிலும். நெப்போலியன் நடத்திச் சென்ற படையிலிருந்தவர்களுக்கே பெரும் வியப்பு. முன்னேறித் தாக்கினால் வெற்றி பெற்றிடலாம் என்று நெப்போலியன் கூறியபோதுகூட, வழக்கமான பேச்சு இது என்றுதான் எண்ணிக் கொண்டனர் - நம்பிக்கை முழு அளவில் இல்லை. ஆனால் வாக்களித்தான்; வெற்றி கிடைத்துவிட்டதே! இவனன்றோ பெருந்தலைவன்! இவனை நம்பிச் செல்லலாம் எந்தக் களம் நோக்கியும் - என்ன ஆபத்துகள் குறுக்கிடினும்; கவலையின்றி! நம்மை வெற்றி நோக்கி அழைத்துச் செல்லும் வீரத் தலைவன் நெப்போலியன் - களம் செல்வது என்றால் இத்தகைய மாவீரன் தலைமையிலே செல்லவேண்டும். நெப்போலியன் காட்டிடும் வழி நடப்போம், வெற்றிபெற்றுப் புகழ்க் கொடி நாட்டுவோம்! - என்று கூறிக் கொண்டாடினர், போர் வீரர்கள். படையினருக்கும் நெப்போலியனுக்கும் முன்பே ஏற்பட்டிருந்த நேசம், பாசமாகிவிட்டது. இனி இது பிரான்சு

நாட்டுப் படை மட்டுமல்ல, நெப்போலியனின் படை!
வெற்றி பெற்றுக் காட்டிடும் வீரப்படை!!

விழாக்கள் நடத்திக் கொண்டு காலத்தை வீணாக்கவில்லை. ஒவ்வொரு எதிரி முகாமையும் சுற்றி வளைத்துக் கொண்டுவோர் தாக்கித் தகர்த்துவிட்டு, அவர்கள் சரண் அடையும் நிலையை ஏற்படுத்தும் வரையில் நெப்போலியன் ஓயவில்லை.

நெப்போலியன் நடத்திச் சென்ற படையிலே ஒரு தனித் தன்மை இருந்தது. வாலிப முறுக்கினர். போர்த்திறன் மிக்கவர்கள், தளபதிகளாக்கபட்டிருந்தனர். நரைத்த தலையினர், நாற்பதாண்டுக் காலப் போர்க்கள அனுபவம் பெற்றவர்கள். இத்தகைய முதியவர்களே, படைத்தலைமை ஏற்கவேண்டும் என்ற பழைய முறையை நெப்போலியன் மாற்றிவிட்டான். அவனே முப்பதாண்டினன்! எதிரிப் படைகளின் தலைவர்களோ பழங்கதைபேசிடும் பருவத்தினர் - ஆஸ்ட்ரியப் படைத் தலைவருக்கு வயது 72. மற்றோர் படைதலைவர் 60 வயது - காது செவிடு! கீல்வாதம்! வாலிப முறுக்கினர்களே பெரிதும் கொண்ட பிரெஞ்சுப்படை, துணிச்சலாகப் பாயும்போது, அந்த முதியவர்கள் தலையை அசைத்தபடி, இலக்கணப்படி சரியல்லவே! சமரிடும் முறை இது அல்லவே - சாகத் துடித்துக் கொண்டு வருபவர் போலல்லவா வருகிறார்கள் என்று முணுமுணுத்தனர். இவர்கள் போர்முறை இலக்கணம் பற்றிப் பேசிக்கொண்டிருக்கும்போது படைகளை முறியடித்தபடி வேறு பக்கம் பாய்ந்து கொண்டிருக்கும் நெப்போலியன் படை.

படையிலே இருக்கிறோம்; ஆகவே போரிடுகிறோம் என்று மட்டும் எண்ணம் கொண்டிருந்தால், ஒரு படை வீரர் படையாக, வெற்றிப் படையாக முடியாது. நாட்டின் பெருமைக்காகப் போரிடுகிறோம் என்ற உணர்ச்சி

எழவேண்டும்; பெருமைப்படத் தக்கது நம்நாடு என்ற உணர்ச்சியும் மேலோங்கி இருக்க வேண்டும். எப்படி இருப்பினும் என் நாடு! எது செய்தாலும் என் நாடு செய்வதே எனக்கு நியாயமானது என்ற குருட்டுப் போக்கைவிட, என் நாடு செய்வதே எனக்கு நியாயமானது என்ற குருட்டுப் போக்கைவிட, என் நாடு ஏற்றம் பெற்றது, என்று நாட்டின் நினைப்பும் நடவடிக்கையும் நியாயமானது என்ற நம்பிக்கை இருக்க வேண்டும். அப்போதுதான் போரிடும் ஆர்வம் கொழுந்துவிட்டு எரியும். நெப்போலியன் காலத்துப் படையினருக்கு, பிரான்சு நாடு பற்றி பெருமித உணர்ச்சி இருந்தது. பன்னெடுங் காலமாகக் கொட்டமடித்து வந்த பட்டத்தரசர்களின் ஏவலை நிறைவேற்றுவதற்காகக் கூலி பெற்றுவந்த கும்பல் என்ற இழிவைச் சுமந்து கொண்டு இருந்த படையினர், புரட்சி பூத்த பிறகு, புதுமுறை கண்டு பூரித்தனர்; பெருமை கொண்டனர். அது மட்டுமல்ல, புது முறைக்கு ஆபத்து ஏற்படாதபடி பார்த்துக் கொள்ளும் பொறுப்பு தம்முடையது என்று உணர்ந்தனர்; விரட்டப்பட்ட பிரான்சு மன்னர்கள் - போர்போன் வம்சத்தினர் - ஐரோப்பிய நாடுகள் பலவற்றிலே சதிக்கூடங்களை அமைத்திருந்தனர். பல்வேறு நாட்டு மன்னர்கள், மீண்டும் பிரான்சிலே போர்போன் வம்சத்தை முடிதரிக்கச் செய்தால் மட்டுமே, முடியாட்சி முறை நிலைக்கும், தமது அரசுரிமையும் காப்பாற்றப்படும் என்று கருதி வேலை செய்து வந்தனர். எனவே, பிரெஞ்சுப் படை, வேறு ஓர் நாட்டின் மீது படை எடுப்பதாக மட்டும், போர் அமையவில்லை; வெகு பாடுபட்டுக் கண்டெடுத்த குடியாட்சி முறையில் பகைவர்களை அழித்திடும் இலட்சியப் போராகவும் அமைந்தது.

குடியாட்சி முறை குறித்து நெப்போலியனுக்கு மதிப்பு அதிகம் கிடையாது. அவனுடைய திட்டம் திறமையாளர் அரசு நடத்த வேண்டும் என்பதுதான். எனினும், குடியாட்சி முறைக்குக் கேடு செய்வோரைச் சாடுகிறோம் என்று படையினர் இலட்சியம் கொள்வதால், வீரம் கொப்பளிக்கிறது

என்பது அறிந்து அந்த உணர்ச்சியை வளரச் செய்தான்! பிரான்சு நாட்டுப்படை பிறர் பீதிகொள்ளத் தக்க துணிவுடன் போரிட்டதற்கு இது ஒரு காரணம். மற்றொன்று, வெற்றி பெற்றுத் தரத்தக்க படைத் தலைவனால் நடத்திச் செல்லப்படுகிறோம் என்ற உற்சாகம்.

“பீரங்கிகள் இல்லாமலேயே பெரும் போரில் வெற்றி பெற்றீர்கள்! பாலங்களின்றி ஆறுகளைக் கடந்தீர்கள்; காலணியின்றிக் கடுவழி நடந்தீர்கள்; உணவு போதுமானது இல்லை. எனினும் நெடுவழி சென்றீர்கள், வீரர்கள்! எனது நன்றி, உங்கட்கு. நாடு, உம்மை வாழ்த்த, நன்றிகூறக் கடமைப் பட்டிருக்கிறது. வளமும் வாழ்வும் நாட்டுக்கு வழங்குபவர் நீங்களே!”

படைத் தலைவன் இதுபோலப் பேசிடக் கேட்கும்போது, பட்ட கஷ்டம் அத்தனையும் பறந்தோடிப் போகாதா! வடுக்கள் இருக்கும்; வலி மறைந்துவிடும்! புண் இருக்கும்; புகழ் அதைப் போக்கும் மாமருந்தாகிவிடும்!

இத்தகைய உற்சாகம், எழுச்சி, ஊட்டிட வல்லவன் நெப்போலியன். அவனிடம் பாராட்டுப்பெற ஒவ்வொரு படைப் பிரிவும் ஆவல்காட்டும். வீரம் காட்டத் தவறினாலோ நெப்போலியன் வெகுண்டுரைப்பான். அதைத் தாங்கிக் கொள்ள அஞ்சுவர்.

ஆஸ்ட்ரியப் படையின் தாக்குதலைக் கண்டு பீதி கொண்டு படைப் பிரிவுகளில் இரண்டு பின்வாங்கி ஓடின. நெப்போலியன், அந்தப் பிரிவினரை மற்றவர் முன்பு அணிவகுத்துச் செல்லச் செய்து கடுங்கோபத்துடன் கண்டித்து, அந்தப் பிரிவுகளின் கொடிகளிலே, “இவர்கள் இத்தாலிய எதிர்ப்புப் படையினர் அல்ல - இனி -” என்ற கண்டனத்தைப் பொறித்திடச் செய்தான். சுட்டுத் தள்ளுவது, கட்டி வைத்து அடிப்பது, கொட்டடியில் போட்டு அடைப்பது போன்றவற்றைகளைவிட, இந்தக் கண்டனமுறை,

வாட்டிவதைத்தது. இழிவைச் சுமக்கச் சொல்லி அல்லவா, தண்டனை! அப்பிரிவினர், 'மற்றோர் வாய்ப்பளியும் எமது வீரத்தை விளக்கிட' என்று கேட்டு மன்றாடினர்.

உள்ளத்தைத் தொடத்தக்க புதிய முறைகள் இதுபோலப் பலப்பல.

நெப்போலியன் இத்தாலியக் களத்திலே நடத்திய பல போர்களுக்கான செலவுக்காக, அவ்வப்போது பிரான்சிலிருந்து பணம் அனுப்பச் சொல்லிக் கேட்டுத் தொல்லை தரவில்லை. போர் செலவுக்கான பணத்தை, பெற்ற வெற்றிகளின் மூலமே திரட்டிக் கொண்டான். பிரான்சு அரசுக்கு, பெரும் செலவு இல்லாமலேயே, பல வெற்றிகள், பல நாடுகள் கிடைத்தன.

இத்தாலி நாடு, கலைக்கூடம் அல்லவா. அங்கிருந்து ஏராளமான கலை அழகுப் பொருள்களை, காலத்தை வெல்லும் கீர்த்தி மிக்க ஓவியங்களை, நெப்போலியன், பிரான்சு நாட்டுக்கு அனுப்பிவைத்தான்.

இத்தாலி நாட்டிலே, ரோம் அரசிலே, பெரும்படை தலைவனாக இருந்த ஜுலியஸ் சீசர் தான் வெற்றிபெற்ற நாடுகளிலிருந்து அரிய பொருள்களை ரோம் நகர மக்கள் கண்டு மகிழவும் பெருமைப்படவும் அனுப்பிவைத்தான் - முன்பு. இப்போது ஜுலியஸ் சீசர் வெற்றி நடை போட்ட வீரக் கோட்டத்திலிருந்து விதவிதமான கலைப் பொருள்களை, நெப்போலியன் பிரான்சுக்கு அனுப்பி வைத்தான். அந்தப் பொருள்கள் ஒவ்வொன்றும் நெப்போலியனுக்காகப் பரிந்து பேசி, செல்வாக்கைத் தேடித்தரும், தூதுவர் போன்றவை அல்லவா! எவரும், நெப்போலியனைப் பற்றியே பேசி வந்தனர். நெடுந் தொலைவில், ஆல்ப்ஸ் மலைக்கு அப்பால் இருக்கிறான், நெப்போலியன் ஆனால் ஒவ்வொரு பிரான்சுக்காரன் உள்ளத்திலும் உலவுகிறான் - எப்படி என் வீரம்? என்ன என் எதிர்காலம்? என்று கேட்டபடி.

வெற்றி, வெறி உணர்ச்சியைக் கிளப்பிவிடும். படை வீரர் தோற்ற மக்களைக் கொடுமைப்படுத்துவர் - கொள்ளை - கொலை - கற்பழித்தல் போன்றவை தலைவிரித்தாடும். இதனால் வெறுப்பும் வேதனையும் பெருகும் - எந்த நாட்டுப் படையினர் தீயசெயலைச் செய்கின்றனரோ அந்த நாட்டின் மீது அடக்கொணா வெறுப்பு உலகினருக்கு ஏற்பட்டுவிடும். உலகே கண்டு கிலி கொள்ளத்தக்க படை எடுப்புகள் நடத்திய செங்கிஸ் கான், தைமூர் போன்றவர்கள், தமது படையினர் எத்தகைய கொடுமை செய்திடவும் இடமளித்ததால் துடைக்கப்பட முடியாத இழிவும் பழியும் அவர்களின் பெயருடன் ஒட்டிக் கொண்டுவிட்டது. பெரும்போர் நடத்தும் முறை மட்டுமல்லாமல், பின் விளைவுகள் பற்றியும் நன்கு அறிந்திருந்த நெப்போலியன், வெற்றிக்குப் பிறகு, படையினர் சற்று, கட்டுமீறி நடந்து கொண்டதைக் கண்டும் காணாததுபோல இருந்துவந்தான். பல நாட்களாகத் தொல்லைப்பட்டார்கள். சில நாள் களியாட்டம் தேடுகிறார்கள் என்று எண்ணிக் கொண்டான். ஆனால் கட்டு குலையும் முறையில், கெட்டபெயர் ஏற்படும் விதத்தில், நடந்து கொள்ள அவர்கள் முனைந்ததும், மிகக் கடுமையான எச்சரிக்கை பிறப்பித்தான்.

'வெற்றி, வெறியாகக் கூடாது; வீரர்கள், கொள்ளைக் காரர்களாகக் கூடாது; பெற்ற பெருமையைப் பாழ்படுத்தும் கெட்ட காரியத்தில் ஈடுபடுவோர் சுட்டுத் தள்ளப்படுவார்கள்' என்று கண்டிப்பான அறிவிப்பு வெளியிட்டு, படையினரைக் கட்டுக்குக் கொண்டு வந்தான். எனினும், படையினர் கொள்ளை அடிக்க நெப்போலியன் அனுமதி அளித்தான் - இது ஒரு பெருந்தலைவனுக்கு இழுக்கு என்று சிலர் குற்றம் சாட்டினர்.

போர் நிறுத்தம் ஏற்பட்டது - சார்டினியா சமாதானமாகப் போகச் சொல்லி வேண்டிக் கொண்டது. பிரான்சு நாட்டு

ஆட்சிக் குழுவினர், சமாதான ஒப்பந்தம் செய்து கொண்டு, அதனைக் களத்திலே இருந்த நெப்போலியனுக்கு அறிவித்தனர்.

"சார்டினியாவிடம் செய்துகொண்ட சமாதான ஒப்பந்தம் வரப்பெற்றேன். படை, அந்த ஒப்பந்தத்துக்கு ஒப்பம் அளிக்கிறது" என்று நெப்போலியன், அரசுக் குழுவினருக்கு அறிவித்தான்.

நெப்போலியன் எழுதிய முறைகண்டு, அரசு நடாத்தும் பொறுப்பாளர்கள் அஞ்சினர்.

படை ஒப்பம் அளிக்கிறதாமே - கேட்டீர்களா இந்தப் பேச்சை - பார்த்தீர்களா இந்தப் போக்கை - புரிகிறதா இதனுடைய உட்பொருள்! நாம் அரசு நடாத்துகிறோம். நமது நாட்டுப் படைகளிலே ஒரு பிரிவை நடத்தச் சொல்லி நாம் வேலை கொடுத்தோம் - இவன் எழுதுகிறான், நமக்குப் படை கப்பம் அளிக்கிறது என்று போர் தொடுக்க, போர் நிறுத்த, அரசு உரிமை பெற்றது - முழு உரிமை. அரசு பிறப்பிக்கும் ஆணைக்கு ஏற்றபடி, படை நடந்து கொள்ளவேண்டும். இதுதானே ஆட்சி, மக்களாட்சி, படை ஒப்பம் அளிக்கிறதாமே, ஆணை பிறப்பிக்கும் அரசுக்கு! இது என்ன முறை? படை ஒப்பம் அளிக்கவேண்டும் என்றா எழுதிக் கேட்டோம். ஏதோ நாம் எழுதிக்கேட்கக் கடமைப்பட்டவர்கள் போலவும், அதன்படியே, எழுதி அனுப்பியது போலவும்-, அரசு செய்து கொள்ளும் ஒப்பந்தத்தை மறுக்கும் உரிமைகூட படைக்கு இருப்பது போலவும், ஆனால் ஏதோ தயவு வைத்து ஒப்பம் அளிப்பது போலவும் அல்லவா இருக்கிறது, நெப்போலியன் பயன்படுத்தும் வார்த்தைகள்.

ஆணவப் பேச்சுக்காரன்! மக்களாட்சியை மதிக்காத மமதையாளன். இவனை வளர விடுவது ஆபத்து!

பிடித்திழுத்து வந்து சுட்டுத் தள்ளவேண்டும்! - என்று ஆட்சிக் குழுவினர் சிலர் கொதிப்புடன் கூறினர்.

'ஆண்டவன் அருளால் அரசனானேன்' - என்று கூறிடும் மன்னர்கள் காலத்தில், மன்னர்களை மிஞ்சக்கூடிய திறமையும், மருட்டக்கூடிய வலிவும் பெற்று படைத்தலைவன் இருந்தாலும், ஆபத்து வராது - மன்னனை எதிர்ப்பது மாபாவம் என்ற பயத்தால் கட்டுண்டு கிடக்கும் மக்கள், மன்னனைக் கவிழ்க்க, படைத் தலைவன் கிளம்பினால் ஆதரிக்கமாட்டார்கள். மக்களாட்சிக் காலத்தில்அவ்விதமல்ல; தங்களைப் போன்ற சாமான்யர்கள், தங்கள் தயவை நாடி அரசாளும் உரிமையைப் பெற்றுள்ளனர் - நாட்டுக்குக் கீர்த்தியைத் தேடித் தரத்தக்க ஆற்றல்மிக்க ஒரு படைத் தலைவன் கிடைத்தால்,அவனை அழைத்துக் கொலுவீற்றிருக்கச் செய்வதில், ஆட்சிப் பொறுப்பை அவனிடம் ஒப்படைப்பதிலே, பாவமுமில்லை, தவறுமில்லை என்ற எண்ணம் மக்களிடம் ஏற்படும். எனவே மக்களாட்சியினர், நெப்போலியன் வெற்றி பல பெற்று, மக்களின் பெருமதிப்புக்கு உரியவனாகியது கண்டு, கிலி கொண்டனர். நெப்போலியன் பேசும் போக்கு அவர்களின் பீதியை அதிகமாக்கிவிட்டது. தலை தப்பவேண்டுமானால் இவன் கொண்டுள்ள செருக்கைத் தடுத்தாக வேண்டும் என்று தீரமானித்தனர்; அதற்கேற்ப நெப்போலியனுடன் கூட்டாகப் பணியாற்றிட, படைத் தலைமையில் பங்குபெற கெல்லர் மன் என்பானையும், போரின் விளைவாக எழக் கூடிய அரசியல் பிரச்சனைகளைக் கவனித்துக் கொள்ள செலிசிடி என்பானையும் நியமித்திருப்பதாகச் செய்தி அனுப்பி வைத்தனர், நெப்போலியனுக்கு. நெறித்த புருவத்தினனானான். தான் பெற்ற வெற்றிகளும், அதனால் கிடைத்துள்ள புகழும் செல்வாக்கும் புது வலிவும், நெப்போலியனுக்கு நம்பிக்கையைத் தந்தன. அதிகாரத்தைக் கட்டுப்படுத்திக்கொள்ள முடியாது என்று கூறிவிட்டான்.

என்னிடம் முழு நம்பிக்கை வைப்பதாக இருந்தால் படைத் தலைவனாகக் கொள்ளுங்கள்; இல்லையேல் தள்ளுங்கள்;

ஆனால் கூட்டுத் தலைமை மட்டும் வேண்டாம். நிலைமைக் கேற்றபடி, நானே முடிவெடுத்து திட்டமிட்டுப் போர் நடாத்தினால் மட்டுமே வெற்றிகள் கிட்டும் - எதற்கும் இருவர் கூடிப் பேசி, கருத்துக்களிலே ஒன்றுபட்ட தன்மையை ஏற்படுத்திக் கொண்டுதான், போரினை நடத்திட வேண்டும் என்றால், வெற்றி பல பெற்றளிக்க முடியாது. எனவே, என் போக்கைத் தடுக்கும் ஓர் தடையைப் புகுத்த வேண்டாம். நான் ஏற்றுக் கொள்ளவதற் கில்லை என்று நெப்போலியன் கண்டிப்பாகத் தெரிவித்தான் - செய்திகொண்டு வந்தவனைத் திருப்பி அனுப்பிவிட்டான்.

கடுங்கோபம் எழுந்து என்ன பயன்? நெப்போலியனுடைய மறுப்புக்கு எதிர்ப்புத் தெரிவிக்க இயலா நிலை, அரசாளும் பொறுப்பேற்றுக் கொண்டோர்களுக்கு.

ஒரே ஆண்டில், நெப்போலியன் ஆஸ்ட்ரியாவையும் அதற்குத் துணை நின்ற நாடுகளையும் லோடி, அர்கோலி, நிவோலி எனும் களங்களிலே தாக்கி வெற்றிபெற்று, காம்ப்போ பார்மியோ என்னும் இடத்திலே, சமாதான ஒப்பந்தம் செய்து கொண்டான். வியக்கத்தக்க வெற்றிகளைப் பெற்று, தன் சுட்டுவிரல் காட்டும் வழி நடக்கத் துடித்திடும் பெரும் படையுடன் போர்க்கோலப் பொலிவுடன் விளங்கும் நெப்போலியனை வாதிடுவதிலே வல்லவர்களான ஆட்சிப் பொறுப்பினர், தட்டிக் கேட்கக்கூடத் தயக்கம் காட்டினர்.

எதிரிப் படைகள் தோற்றுச் சின்னாபின்னமானதுடன், 1,50,000 பேர்கள், நெப்போலியனிடம் பிடிபட்டனர். இத்தகைய வீர வெற்றிகளைப் பெற்றவனை, விரட்டிவிட முடியுமா, குழுகூடி ஆணை பிறப்பிப்பதன் மூலம்! முகத்திலே கரி பூசுவது போன்றதுதான், நெப்போலியன் செய்கை என்ன செய்வது, ஆட்சிக் குழுவினர், வெளியே தெரியாமலிருந்தால் போதும் என்று, தங்கள் முகத்தைத் துடைத்துக் கொண்டு, மக்களுடன் கூடிக் கொண்டு, குதூகலம் காட்டிக் கொண்டனர்.

பாரீஸ் விழாக்கோலம் பூண்டது. வீர வெற்றிகளைக் கொண்டாடிக் கொண்டிருந்தது.

நெப்போலியன் ஊர் திரும்பவில்லை - ஜோசபைனுக்குக் கொண்டாட்டம். ஏனெனில், அவனுக்கு அளிக்க வேண்டிய வரவேற்புகள் - வாழ்த்துகள் - பாராட்டுகள் - யாவும் தேவிக்கல்லவா கிடைத்தன!

ஒரு சாதாரண சிப்பாயை மணம் செய்து கொள்கிறாளே, சிற்றரசனுக்கு ஏற்ற இந்தச் சீமாட்டி! இவளுடைய உடைக்கு ஆகும் செலவுக்கான பணம் திரட்டக்கூட முடியாதே, நெப்போலியனால்! - என்று கேலி பேசியவர்களெல்லாம், இப்போது ஜோசபைன், 'கொடுத்து வைத்தவள்' என்று பேசிக் கொள்கிறார்கள், அவள் இல்லா இடத்தில்; எதிரிலே அவள் இருந்தாலோ, 'எல்லாம் உன்னைத் தொட்டதால் கிடைத்த வெற்றிகள்' என்று புகழ் சொரிகின்றனர். பாரிஸ் நகரத்து நெடுஞ்சாலைகளிலே, அலங்கார வண்டியில் அமர்ந்து, புன்னகை பூத்த முகத்தழகி செல்கிறாள்; போர் நிறுத்தப்பட்ட பிறகு ஓய்வுகொள்ளும் நிலை ஏற்பட்டதால் மனத்திலே சிறிதளவு வாட்டம் கொண்ட நிலையில், மிலான் நகர் அருகே கொலுவிருக்கிறான் நெப்போலியன், ஒரு கோட்டையில்.

அரசர்கள் அடிபணிந்திட, சீமான்கள் கட்டியம் கூறிட, சீமாட்டிகள் நடை உடை அழகு காட்டிடக் கொலுவிருக்கிறான் நெப்போலியன், மணிமாடம்! ஆடம்பரப் பொருள்கள்! அவன் படுத்துறங்க ஏற்பாடு செய்யப்பட்டிருந்த 'மஞ்சம்'. மன்னர் காலத்தது மலரணை போதுமா, தூக்கம் பெற. தூக்கம் வரவில்லை. எல்லாம் இருக்கிறது, அவள் இல்லையே! அவள் விரும்பும் சூழ்நிலை; பளபளப்பு, மினுமினுப்பு, செல்வம்! ஆனால் அவ்வளவும் அவள் இல்லாததால் உயிரற்ற நிலையில் உள்ளனவே!

அழைப்பு செல்கிறது ஜோசபைனுக்கு, அகமகிழ்ச்சியுடன் மிலான் வருகிறாள், நெப்போலியன் பெற்றுள்ள பெருமைமிகு செல்வச் சூழ்நிலையைக் காண்கிறாள்!

அழகு மலர் பூத்திடும் பூங்காவும், அதற்கருகே இசை எழுப்பிடும் அருவியும் கண்டால், புள்ளிமான் எவ்வளவு மகிழ்ச்சியாய்த் துள்ளி விளையாடும்! ஜோசபைன் அதுபோலானாள்.

'போர் வீரன்தானே, களத்திலே ஏற்பட்ட வடுக்களைத் தான் காட்டுவான்' - என்று முன்பு எண்ணிடுவாள்; - இப்போது, அவன் காட்டுபவை? - அதோ அந்த இருக்கை, சார்டினியா மன்னன் தந்த காணிக்கை, தங்கத்தாலான கோப்பை ஆஸ்ட்ரியா நாட்டவர் அனுப்பி வைத்தது என்று ஆடம்பரப் பொருட் குவியலையல்லவா காட்டுகிறான். வெற்றி, புகழ், செல்வம் இவற்றை அவன் அவளுக்கு அளிக்கிறான். ஆனால் அவள் அளித்ததற்கு இவை ஈடாகா என்று எண்ணுகிறான். அவன் அதுபோல் நினைத்திடத்தக்கதாக, அந்த ஆரணங்கு அவனுக்கு அளித்தது என்ன? புதிதாக! அளித்தாள், அவன் அகமகிழத்தக்க ஒரு சுவைமிகு செய்தி! 'தாயாகப் போகிறேன்' என்றாள் தழுதழுத்த குரலில்! தந்தையாகிறேனா, தந்தை மொழியாளே! உன் தயவால்!' என்று கேட்கிறான் விழியால்.

மான்ட்டிபெல்லோ கோட்டையில், 'தர்பார்' நடத்தப்படு கிறது, ஜோசபைன் அங்கு வந்த பிறகு. பொன்னொளி வீசுகிறது அங்கு. அங்குக் காணப்பட்ட நிலையைக் கவனித்த ஒருவர் சொன்னார்:

'இன்னும் நாலு ஆண்டுகளில் இவன் களத்திலே இறந்து படாமலிருந்தால், நாடு கடத்தப்படுவான் அல்லது அரியாசனம் அமருவான்.'

பாரிஸ் செல்கிறான் நெப்போலியன் - வெற்றி உலா நடை பெறுகிறது. மக்கள் அவனைக் கண்டு களிநடமிடுகிறார்கள். ஆட்சிக் குழுவினர் ஆரத்தழுவிக் கொள்கிறார்கள். மரியாதைக் குண்டுகள் முழங்குகின்றன.

‘வீர வெற்றிகள் பல பெற்ற இந்த மாவீரன், ஒரு துளியாவது படாடோபம் காட்டுகிறானா பாருங்கள்’ என்று பாமர மக்கள் பேசிப் பாராட்டும் விதமாக நெப்போலியன் நடந்து கொள்கிறான். பட்டாளத் தலைவன் உடைகூட அணிவதில்லை. மிகச் சாதாரணமான வீடு! அலங்காரமற்ற வண்டி! நாடகக் கொட்டகையில் இவனைக் கண்டு மக்கள் மகிழ்ச்சி ஆரவாரம் காட்டும்போது, கூச்சப்படுவது, கோலாகல விருந்துகள் கொண்டாட்டங்கள் கிடையாது. வீட்டில், பல்வேறு துறைகளிலே உள்ள விற்பன்னர்களை வரவேற்று உரையாடி அறிவுக்கு விருந்து பெறுவதிலே நாட்டம் காட்டினான்.

நாட்டுக்குக் கீர்த்தி பெற்றளிக்கும் கடமையை மேற் கொண்டேன் - செய்து முடித்துவிட்டேன் என்று கூறுவது போலிருந்தது அவன் போக்கு.

அறிவு வளர்ச்சிக்காகப் பாரிசில் ஒரு கழகம் அமைக்கப் பட்டிருந்தது. அதிலே உறுப்பினனாகி அறிவாளர்களுடன் அளவளாவினான். படைத்தலைவன் என்றால் கொல்லும் தொழிலை மேற்கொள்பவன்தானே! அவனுக்கு அறிவுத்துறையிலே அக்கறை ஏற்பட முடியாதே! ஆனால் இந்த அதிசய மனிதனைப் பாருங்கள்! கற்றறிவாளருடன் உரையாடுவதைக் கேளுங்கள்! எத்தகைய மனப்பாங்கு, எத்தகைய நுண்ணறிவு, எதிலும் வல்லவனாக அல்லவா இருக்கிறான்! என்று பலரும் பாராட்டினர்.

பகுதி: 6

பாரிஸ் நகரப் பத்திரிகைகள் நெப்போலியனுடைய அன்றாட நடவடிக்கைகளை விவரமாக எழுதின - பாராட்டுகளுடன். என்ன உண்கிறான், என்ன உடுத்துகிறான், எங்கு உலவச் செல்கிறான், யாராருடன் உரையாடுகிறான், எவரிடம் சிரித்து மகிழ்கிறான் என்பது பற்றி எல்லாம் விளக்கமாக இதழ்கள் வெளியிட்டன. பிரான்சு, ஒவ்வோர் நாளும், நெப்போலியனைப் பற்றிய பாராட்டத்தக்க செய்தி ஏதாவதொன்று படித்தபடி இருந்தது. ஒவ்வொரு இல்லத்திலும், அவனைப் பற்றிய பேச்சு! வலிபர்கள் அவன் காட்டிய வீரத்தைப் பாராட்டினர்! முதியவர்கள் அவனுடைய அறிவுத் தெளிவைப் புகழ்ந்தனர்! மங்கையர் அவனுடைய காதல் மேம்பாடு பற்றி கசிந்துருகிப் பேசினர். நெப்போலியன் பிரான்சு நாட்டுப் பொதுச் சொத்து ஆகிவிட்டான். இதனை நெப்போலியன் நன்கு உணர்ந்திருந்தான் - எதிர்காலத்துக்கான திட்டம் அரும்பாக இருந்தது - மலரும் நாளை எதிர்பார்த்தபடி இருந்து வந்தான். கைகளைப் பின்புறம் கட்டிக் கொண்டு, வீட்டுத் தோட்டத்திலே உலவியபடி, ஏதேதோ எண்ணிபடி இருந்தான்.

“உன்னைக் காணத் திரள் திரளாக மக்கள் எவ்வளவு ஆர்வத்துடன் ஓடி வருகிறார்கள். பார்த்தனையா?” என்று கேட்பார்கள், சிலர். “இதைக் கண்டு மகிழ்ச்சிப் பெருக்கெடுக்கிற தல்லவா என்றுதானே கேட்கிறீர்கள். இதிலே என்ன பொருள் இருக்கிறது, மக்கள் காட்டும் ஆர்வத்தில்! என்னைத் தூக்கில்போட ஏற்பாடு செய்யட்டும் - அதை வேடிக்கை பார்க்க இதைவிடப் பெரிய கூட்டம் கூடிவிடும்.” என் கூறுவான். மக்கள் காட்டும் ஆர்வத்தை மட்டும் நம்பி திட்டமிடக் கூடாது என்பது அவன் எண்ணம். ஆனால் மக்களின் ஆர்வத்தைப் பெற வேண்டும்; ஆர்வம் அவர்களுக்கு ஏற்படுவதற்காக வேலை செய்யவேண்டும்;

தூண்ட வேண்டும் என்பதிலே கவனம் செலுத்தத் தவறவில்லை. பிரச்சாரம் மிக வலிவுள்ள ஆயுதம் என்பதை உணர்ந்திருந்தான்.

நெப்போலியன், இங்கிலாந்தின்மீது படை எடுத்து அந்த நாட்டை அழிக்க வேண்டும் என்று திட்டம் வகுத்தபோது, படைகளை வரிசைப்படுத்துவதற்கு முன்பே, பிரச்சார யந்திரத்தைத்தான் ஏவினான். இங்கிலாந்திடம் அலட்சியம், வெறுப்பு, பகை உணர்ச்சி ஏற்படத் தக்கபடி பிரான்சு நாட்டுப் பத்திரிகைகளிலே கட்டுரைகள், கதைகள், கவிதைகள், கேலிச் சித்திரங்கள் இப்படி இப்படி வரவேண்டும் என்று, உள்துறை அமைச்சர் மூலம், யோசனைகள் என்ற பெயரால் புதிய கட்டளைகள் பிறப்பித்தான், நாடாளும் நாயகனான பிறகு. பல்வேறு அரசியல் பிரச்சனைகளுக்கு இடையில், பத்திரிகை மூலம் என்னென்ன கருத்துகள் மக்களிடம் பரப்பப்படுகின்றன என்பதைக் கவனிக்காமலில்லை. இங்கிலாந்து நாட்டிடம் பிரான்சு மக்களுக்கு வெறுப்பு எழவேண்டும். அப்போதுதான் பேரார்வம் எழும். ஆனால் அந்த வெறுப்பும் பகை உணர்ச்சியும் எங்ஙனம் மூட்டப்பட வேண்டும்? இது தெரியாதா, பத்திரிகை நடத்துபவர்களுக்கு என்று நெப்போலியன் இருந்து விடவில்லை. அயர்லாந்து நாட்டினை அடிமை கொண்டு அவதி மூட்டுவதுபற்றி, தீப்பொறி பறக்க எழுதுங்கள். அயர்லாந்து நாட்டு கத்தோலிக்கர்களை, இங்கிலாந்து நாட்டு மதப் பிரிவினர் கொடுமை செய்வதை எடுத்துக் காட்டுங்கள் - பிராடெஸ்ட்டெண்டுகள் கத்தோலிக்கர்களைக் கொடுமை செய்கிறார்கள் என்று பொதுப்படையாக எழுதாதீர்கள் - ஏனெனில் பிரான்சிலே உள்ள பிராடெஸ்ட்டெண்டுகளுக்கு மனச்சங்கடம் ஏற்படும்! இங்கிலாந்து நாட்டிலே உள்ள மதப் பிரிவினர் என்று எழுதி, அவர்களைத் தாக்குங்கள்! - என்று நெப்போலியன் இதழ் நடத்துபவர்களுக்கு எடுத்துக் கூறினான் என்றால், எவ்வளவு நுணுக்கமான முறையில், பிரச்சனைகளை அலசிப் பார்த்திருக் கிறான் என்பது விளங்குகிறதல்லவா?

இத்தனை அறிவாற்றலையும் பயன்படுத்த வாய்ப்பு எழவில்லை - எழத்தான் போகிறது என்பதிலே ஐயமில்லை - எப்போது, எந்த முறையில் என்பது பற்றி எண்ணியபடி இருந்துவந்தான்.

கார்சிகா தீவு விழா நடத்திற்று, வரவேற்பு வைபவம்! துரோகிகள் என்று முன்பு கண்டனக் குரலெழுப்பி, குத்திக் குடலெடுப்போம் என்று கொக்கரித்தார்கள் அல்லவா. நெப்போலியனுடைய வீட்டைச் சூழ்ந்துகொண்டு. அதே மக்கள், அவன் புகழ் பாடுகிறார்கள். பிரான்சு நாடு கொண்டாடும் மாவீரன், இங்கல்லவா பிறந்தான்! என்று சொந்தம் கொண்டாடுகிறது. நெப்போலியனை வரவேற்றா? இல்லை! அவன் வரவில்லை. தாயார் லெடிசா அம்மையார் வந்திருந்தனர்; அந்த வருகை, விழாவாயிற்று.

எங்கும் நெப்போலியனைப் பற்றியே பேச்சு இருந்து வந்தது - என்ன செய்யப் போகிறான் இப்போது? அரசு என்ன பணியினைச் செய்யும்படிக் கூறப்போகிறது? எந்த நாட்டின்மீது படை எடுக்கப் போகிறான்? என்ன திட்டமிட்டுக் கொண்டிருக் கிறான் என்றெல்லாம்.

ஏன், நெப்போலியன் நாட்டை ஆளக்கூடாதா?

ஆற்றல் மிக்கோன் அரசாளாமல் வேறு எவர் ஆட்சி நடத்துவது?

ஆமாம்! அதற்கான ஏற்பாடுகள் நடைபெற்று வருகின்றன.

நெப்போலியன் கண் காட்டினால் போதும், காலடியில் வந்து விழும் மணிமகுடம்!

அவனுக்காக உயிரையே கொடுத்திட உறுதி கொண்டுள்ள படைவீரர்கள் இலட்சக்கணக்கினர் உளர்.

அவர்களுடன் நெப்போலியன் தொடர்பு கொண்டிருக் கிறான் – திட்டம் தயாரிக்கப்படுகிறது – ஆட்சியைக் காப்பாற்ற.

ஆட்சி மன்றத்தை அவன் படையினர் சுற்றி வளைத்துக் கொள்வர் – ஆட்சிப் பொறுப்பில் உள்ளோருக்கு ஆணை பிறப்பிக்கப்படும். துப்பாக்கி முனையில், “வீரன் வருகிறான்; விலகி நில்லுங்கள்!” என்று.

இவ்விதமான பேச்சு உல்லாச விடுதிகளில், தங்குமிடங்களில், உணவு விடுதிகளில், கேளிக்கைக் கூடங்களில்.

துரைத்தனத்தாரின் ஒற்றர்கள் இதுபோன்ற செய்திகளைத் திரட்டிக் கொடுத்தனர் ஆட்சிக் குழுவினரிடம். அவர்கள் அந்தத் தகவல்களை நெப்போலியனிடமே கொடுத்தனர் – அவ்வளவு நம்பிக்கை அவனிடம், அவன் அக்கிரமம் ஏதும் செய்யமாட்டான், மக்களாட்சி முறையைக் கெடுக்க மாட்டான். ஆதிக்கம் பெற அலையமாட்டான் என்பதிலே! நெப்போலியனும், இந்தத் தகவல்கள் தரப்பட்டபோது பதறவுமில்லை; மறுக்கவுமில்லை; புருவத்தை நெறிக்கவுமில்லை; பொறிபறக்கப் பேசவில்லை; புன்னகை மட்டும் செய்தான்.

ஆல்ப்ஸ் மலையைக் கடந்து சென்று ஆஸ்ட்ரியப் படைகளை முறியடித்து இத்தாலியை அடிபணிய வைத்தவன் எத்தனை காலத்துக்குப் பாரிஸ் பட்டினத்திலே, காட்சிப் பொருளாக இருந்து கொண்டிருக்க முடியும். வேறு புதிய வீரச் செயலில் ஈடுபடாமல், கஞ்சன் கரத்தில் சிக்கிய தங்கக் கட்டிபோல, இத்தனை ஆற்றல் மிக்கவன் கிடைத்தான் பயன்படுத்திக்கொள்ளத் தெரியாத ஆட்சிக் குழுவினரிடம்,

வானத்திலே வட்டமிட வேண்டிய வானம்பாடி இவன். பட்டு நூலால் கட்டப்பட்டு சிறார்கள் பறக்கவிட்டு வேடிக்கை பார்த்திடும் பொன்வண்டு அல்ல! சந்தனம் கிடைத்தும் அதை அறைத்தெடுக்கத் தெரியாமல் குளிர்போக்கிக் கொள்ள மூட்டப்படும் நெருப்புக்கு விறகாக்கப் பார்க்கிறார்கள். விவரமறியாதவர்கள் – என்று பலவிதமாக எண்ணத் தலைப்பட்டனர். வீரத் தலைவனுக்கு ஏற்ற வேலை தரப்படவில்லை என்ற பழிக்கு அஞ்சி, ஆட்சிக்குழுவினர், நெப்போலியனை, இங்கிலாந்து நாட்டைத் தாக்கத் தளபதி ஆக்கினர்.

நெடுங்காலமாக இருந்துவரும் ஆவல் இது – கடலிலே கட்டப்பட்ட கோட்டை என விளங்கிவரும் இங்கிலாந்தைப் பிடித்தாளவேண்டும் என்பது. அளவிலே சிறியது என்றாலும் புகழ்மிக்க வரலாறு பெற்றிருந்த இங்கிலாந்து, வாணிபத்தில் வந்து, பொருள் மிக ஈட்டி, வீழ்ச்சியறியாத கப்பற்படையுடன், வீரக் கோட்டமாக விளங்கி வருவதுடன், ஐரோப்பிய நாடுகள் பலவற்றிலேயும் செல்வாக்கு பெற்றுத் திகழ்கிறது. அது ஒழிக்கப்பட்டாக வேண்டும். இங்கிலாந்து வீழ்த்தப்பட்டால், அதன் ஆதிக்கத்தின்கீழ் கொண்டுவரப் பட்டிருக்கும், ஏழைப்பக்க நாடுகள் பலவும், பொன் விளையும் பூமி நமது பூமியும் சிக்கும்.சிக்கினால்...!

இந்த இன்பக் கனவு காணாத பிரான்சுக்காரன் இல்லை. ஆகவே நெப்போலியன், இங்கிலாந்தைத் தாக்கும் படைக்குத் தலைவனாக்கப்பட்டது வரவேற்கப்பட்டது.
நெப்போலியனும், தன்னிடம் ஒப்படைக்கப்படும் வேலையை வெற்றியுடன் முடித்திட யாது செய்திட வேண்டும் என்பதற்கான எண்ணங்களை ஆராய்ந்தான். ஒரு பேருண்மையைக் கண்டறிந்தான் – கப்பற்படை வலிவுடன் அமைந்திருந்தாலொழிய இங்கிலாந்து நாட்டை வீழ்த்த முடியாது என்ற பேருண்மையை மறுக்க முடியாத மற்றோர்

உண்மை அனைவருக்கும் தெரியும்! பிரான்சிடம், தரமான கப்பற்படை இல்லை!

எனவே, நிலைமை முற்றிலும் திருத்தி அமைக்கப்பட்டாலொழிய, இங்கிலாந்தைத் தாக்கும் திட்டத்தை மேற்கொள்வதற்கில்லை என்ற முடிவுக்கு வந்தான். பெரும்பாலானவை கணைகளால் வீழாது – முதலில் பறவையின் பெரும் சிறகுகளை வெட்டிச் சாய்த்திட வேண்டும். சிறகு வெட்டுண்ட நிலையில், பறவை, விண் நோக்கிப் பறந்து, கணைக்குத் தப்பவும் முடியாது. இங்கிலாந்து நாட்டை வீழ்த்த, இங்கிலாந்தை உடனடியாகத் தாக்கிப் பயனில்லை; கீழை நாடுகளைக் கைப்பற்றி எங்கிருந்து இங்கிலாந்து வலிவுகளைப் பெறுகிறதோ அந்த இடங்களைத் தகர்த்துவிடவேண்டும், முதலில்! அப்போது சிறகிழந்த பெரும் பறவையாகிவிடும் இங்கிலாந்து. இந்த நோக்கத்துடன், நெப்போலியன், புதிய திட்டம் எடுத்துரைத்தான் – எகிப்து நாட்டின்மீது பாய்வது என்ற போர்த் திட்டத்தை.

எகிப்து! பரோவா மன்னர்கள் – கடவுளின் பிம்பங்கள் – ஆண்ட எழில்மிகு நாடு – நைல் நதியால் வளர்க்கப்பட்டு, நானிலத்தின் நளினமிகு நாரீமணி என்று புகழப்பட்டு விளங்கும் நாடு காவியமும் கலையும் கட்டடச் சிறப்பும் மிகுதியும் கொண்டது. உலகிலே வேறு எங்கும் காணமுடியாது பிரமிட் கோபுரங்கள் கொண்ட நாடு. பாலைவனமும் நீர் ஊற்றும் ஆங்கு உண்டு – எகிப்து காட்டும் கோபம் பாலைவன வெப்பம் – எகிப்பது காட்டும் நேசம், குளிர்ந்த இனிய நீர் ஊற்று!! எத்தனையோ, வீரச் செயல்கள் நிகழ்ந்திருக்கின்றன, அந்த நாட்டில். கடவுள்களை கூப்பிட்ட குரலுக்கு ஓடோடி வரச்செய்த வல்லவர்கள் என்று விருதுபெற்ற மாந்திரீகர்கள், மன்னனை மகேசனாக்க முடியும் என்று கூறிவந்த இடம்! சல்லாபிகள் புடைசூழ உல்லாசப் படகேறி ஓய்வுச் சுவைபெற்று வந்த செல்வர்கள், அங்கு

ஆதிக்கம் பெற்றிருந்தனர், அடிமைகள், கூட்டம் கூட்டமாக – உழைக்க உயிர் விட, பிரமிட் எழுப்ப உழுது பயிரிட்டு கோதுமை அறுத்தெடுத்துக் களஞ்சியத்தில் கொண்டு வந்து சேர்த்திட, விண்ணகத்தில் ஏதுமில்லை, யாவற்றையும் இந்த மண்ணகத்தைக் கொண்டு வந்து சேர்த்துவிட்டோம் என்று கூறி இறுமாந்து கிடந்தனர் எகிப்தில். பொன்னும் பொருளும் மிகுதியாக, மணியும் நவநிதியும் ஏராளம். காதலும் கவிதையும் கைகோர்த்து விளையாடி பூங்கா! அதுபோது, வீரமறியா நாடு அல்ல, வெற்றி காணா நாடு அல்ல. எகிப்திலே, பல சிற்றரசர்கள் அரசிகள், பேரரசுக்குக் கட்டுப்பட்டு இருந்து வந்தனர். விந்தைபூமி, எகிப்து! அழகும் ஆற்றலும் ஒன்றைய ஒன்று தழுவிக் கொள்ளும், அதுவே விரும்பத்தக்க முறை என்று உலகுக்கு உரைத்திடுவதுபோல, இங்குதானே வெற்றி வீரன் ஜூலியஸ் சீசரும், கண்ணாலே கொள்ளும் கட்டழகி கிளியோ பாட்ராவும் காதற் களியாட்டம் நடத்தி, காலத்தை வெல்லும் காவியமும் ஓவியமும் உலகு பெற்றிடச் செய்தனர். ஆற்றலிலே, வெற்றிபல பெறுவதிலே அவனுக்கு நிகர் இல்லை. என்று விருது சீசருக்கு! அவள் விரும்பி, அதரத்தைச் சிறிதளவு பிரித்து, பவளமும் முத்தும் இந்தப் பொற்கொடியில் பார்! என்று காட்டி, கண்வலை வீசினால், சிக்காதவன் இல்லை – மேக மண்டலங்களால் தம்மை மறைத்துக் கொண்டதால் விண்ணகத்து வீராதி வீரர்கள் தப்பினார்கள் போலும், இந்த மண்ணகத்திலே அவளுடைய பார்வைபெற்று வீழாதார் இருக்க முடியாது என்று கற்பனை மிகுதியுடன், ஆனால் கருப்பொருளாக உண்மையை அமைத்துக் கொண்டு கவிகள் களிப்புடன் பாடியது. கிளியோபாட்ரா பற்றி!! அழகும் ஆற்றலும் – அவளும் அவனும் – கொடியும் தருவும் – குழைவும் குலையும் – தாக்குதலும் தளர்வும்!

அந்த எகிப்திலே, சீசருக்கு முன்னாலே, பல நூற்றாண்டுகளுக்கு முன்பே, மற்றோர் மாவீரன், கிரேக்கத்தில் பிறந்து அந்த நாட்களிலே குறிப்பிடத்தக்க நாடுகளிலே எல்லாம் நுழைந்து வெற்றிக்கொடி நாட்டிய மாவீரன்

அலெக்சாண்டர் உலவி இருக்கிறான். அவன் அமைத்துச் சென்ற அரசில், கிரேக்க வீரமும் எகிப்திய எழிலும் இணைந்ததால் விளைந்த பொலிவுமிகு மலராளே, கிளியோபாட்ரா!

நாலாயிரம் ஆண்டுகளாக நானிலம் வியந்து பேசிக்கொண்டு வருகிறது, எகிப்து பற்றி.

அங்குச் செல்கிறான் நெப்போலியன் – கப்பல்களிலே படை வீரர்களை ஏற்றிக்கொண்டு.

சென்றேன் – கண்டேன் – வென்றேன் – என்று கூறினவனல்லவா ஜூலியர் சீசர் – ஆனால் பாவம், அந்த வரலாற்றை, வந்தான் – வீழ்ந்தான் – என்று முடித்துவிட்டாள்; வடிவழகி கிளியோபாட்ரா!

நல்லவேளையாக, நெப்போலியன் செல்லும் நாட்களில், மான்விழி மாதர் மையலூட்டி வீரர்களை வீழ்த்தும் நிலை இல்லை – ஆனால் பாய்ந்து தாக்கிப் பயங்கரப் போரிடும் மறவர் கூட்டம் மிகுந்திருந்தது. சீசருக்கு ஏற்பட்ட விசித்திர அனுபவம் நெப்போலியனுக்கு ஏற்பட்டிருந்தால்...! அவனை மயக்க ஒரு கிளியோபாட்ரா அங்கு இருந்திருந்தால்...!

அங்கு இல்லை. ஆனால் அவன் சென்ற கப்பலிலேயே கிளோபாட்ரா ஆகவேண்டும் என்ற நினைப்புடன் ஒரு மங்கை இருந்தாள் – ஆண் உடையில் அவள், கிளியோபாட்ரா அல்ல ஆகையினாலே, கன்னம் கிள்ளி வளையாட, அன்னம் சொர்ணம் என்று உரையாட மட்டுமே அவளை நெப்போலியன் பயன்படுத்திக்கொண்டான். எப்படியும் நெப்போலியனுடைய நேசத்தைப் பெறவேண்டும் என்ற நினைப்பு, இந்தப் பெண்ணை ஒருவருக்கும் தெரியாமல், ஒயிலை ஆணுடையால் மறைத்துக் கொண்டு கப்பலேறச்

செய்தது. இரகசியம் வெளிப்பட்டது; நெப்போலியன், கடற் பயணத்தின்போது குளிர்காற்றைப்பெற்று இன்புறுதல் போல, இவள் நேசம் பெற்று மகிழ்ந்தான்.

வீரப் போரிடக் கிளம்பியபோதா விளையாட்டு! அவ்வளவு சபலமா? என்று கேட்கத் தோன்றும். அந்தக் காலத்திலே அவ்விதமான ‘விளையாட்டு’களில், மேல் மட்டத்தவர் ஈடுபடுவது, சமுதாயத்தில் ஏற்றுக்கொள்ளப்பட்ட ஒரு முறையாகிக் கிடந்தது. அனைவருமே அப்படித்தான் என்ற நிலையும் அல்ல; அந்த நிலை, மேன்மைக்குச் சான்று என்ற கருத்தும் நிலைத்து விடவில்லை; ஆனால் கண்டு கண் சிமிட்டுவர், இவனுக்கு இப்படி ஒரு பழக்கம்! என்று கோபம் குறைவாகவும், வேடிக்கை மிகுதியாகவும் கலந்த குரலொலியில்.

முறையா, சரியா என்பதுகூட இருக்கட்டும், பழம்பெரும் நாட்டின்மீது படை எடுக்கச் செல்லும்போது, உல்லாசியை உடனழைத்துச் செல்வதா? என்று கேட்கத் தோன்றும். நெப்போலியன், தன் உடன் அழைத்துச் சென்றவர்கள், கேளிக்கை மூட்டிடும் கோல மயில்களை அல்ல; பொறியியலார், வான நூலறிவினர், மருத்துவர், புலவர், மண்வள ஆராய்சியாளர் புதை பொருள் நுணுக்கம் உணர்வோர், அச்சுப்பொறி இயக்குநோர் ஆடை அணிமுறை அறிவோர், வரலாற்றுத் துறை ஆய்வாளர்கள் கலைஞர்கள், கவிஞர்கள், இவர்கள் உடன் வருகின்றனர். படிப்பகம் கூட உண்டு. ஒரு பல்கலைக் கழகமே இந்தப் படைத்தலைவனுடன் பயணமாகிறது. உல்லாசி ஒருத்தி வந்திருந்தாளே அவளுடனே ஆடிப்பாடியபடிதான் இருந்தான்போலும் வழிநெடுக என்று எண்ணத் தோன்றும். அவ்விதம் இல்லை. எப்போதுமே மெல்லியாரிடம், நெப்போலியன் தன்னைப் பறிகொடுத்து விடுவதில்லை. தேன், துளிகள்தானே தேவை – குடம் குடமாகவா!!

கப்பலில் மேல்தட்டில் படுத்துக் கொள்கிறான் நெப்போலியன் இரவுக் காலங்களில் – விண்மீன்கள் மேல் மின்னுகின்றன – அவனைச் சூழ விற்பன்னர்கள் அமர்ந்து கொண்டு உரையாடுகின்றனர். உலக அமைப்பு பற்றிய விஷயத்திலிருந்து ஊராளும் முறை வரையில்!

மேலே காணப்படும் கோள்களின் தன்மை எப்படிப் பட்டது, ஆங்கு உயிரினங்கள் இருக்க முடியுமா? ஆங்கெல்லாம் சென்றுவரும் அறிவாற்றலை மக்கள் பெறமுடியுமா என்பது பற்றிக்கூடப் பேசுகின்றனர்.

போரிடச்செல்கிறோம், வெற்றியோ தோல்வியோ யார் கண்டார்கள் என்ற எண்ணம் எழவில்லை. ஆற்றலில் அளவற்ற நம்பிக்கை நெப்போலியனுக்கு வெற்றிபெறப் போகிறோம், நிச்சயமாக ஆனால் வெற்றிக்குப் பிறகு...! அதுபற்றித் திட்டமிடுகிறான். எகிப்து பழம்பெரும் நாடு – நாலு ஆயிரம் ஆண்டுகளாக அங்குப் பல துறைகளிலே வெற்றி கண்டுள்ளனர், ஆகவே அங்குக் கண்டறிந்து திரட்டி எடுத்துச் செல்லவேண்டிய கருத்துக் கருவூலங்கள் நிரம்ப இருக்கும், நாட்டை அடிமை கொண்டு, இவற்றை இழந்து என்ன பயன்? என்று எண்ணித்தான், வெற்றிக்குப் பிறகு, எகிப்து நாட்டிலே பல்வேறு துறைகளிலும் ஆராய்ச்சி நடத்திப் பயன்பெற ஒரு பல்கலைக் கழகத்தையே உடன் அழைத்துச் செல்கிறான்.

எகிப்து போகும் வழியிலேயே, மால்ட்டர் தீவு சிக்குகிறது. அவன் கரத்தில், தொல்லை அதிகம் இல்லாமலேயே!

அங்குச் சில நாள் தங்கி, அமைதியையும் ஒழுங்கையும் ஏற்படுத்துகிறான்.

நெப்போலியன் அழைத்துச் செல்லும் கப்பற் படையை வழியிலேயே மடக்கி, அழித்திட, பிரிட்டிஷ் கடற்படைத் தளபதி நெல்சன், காத்துக் கொண்டிருக்கிறான் – நெப்போலியன் சிக்கவில்லை – காற்றைத் துரத்திப் பிடித்துக் கைக்குள் அடக்க முடிகிறதா! எகிப்து செல்கிறது எதிர்ப்போரை முறியடிக்கும் ஆற்றல் படை வீரமிக்க எதிர்ப்பு – பயங்கரச் சண்டை – இரத்தம் பொங்கி வழிகிறது – நெப்போலியன் வெற்றி பெறுகிறான் – எகிப்து பிரான்சுக்குப் பணிகிறது.

அடிமை கொள்ள வரவில்லை, அக்கிரமக்காரர்களிடமிருந்து மக்களை விடுவிக்க வந்திருக்கிறேன், நாடு பிடிக்கும் எண்ணத்துடன் வரவில்லை, நாட்டைத் தமது களிநடனக் காடாக்கிக் கொண்டுள்ள மாமூலூக்குகளின் – செருக்குமிக்க சீமான்களின் – கொட்டத்தை அடக்கி – மக்களுக்கு நல்வாழ்வு அளிக்க வந்திருக்கிறேன் – என்று அராபிய மொழியில் அச்சடித்த அறிக்கைகளை எகிப்திலே பரப்பி, பாமர மக்களிடமிருந்து எதிர்ப்பு எழாதபடி பார்த்துக் கொள்கிறான். மத நம்பிக்கை கொண்ட மக்களைத் தன்வயப்படுத்துவதற்காக, எகிப்து நாட்டிலே உள்ள முசுலீம் மார்க்கத்தைப் போற்றுகிறான் – நெப்போலியன் முசுலீமாக மாறிவிட்டான் என்று வதந்தியே பரவுமளவுக்கு; பிறகோர் சமயம் நெப்போலியன் இந்தப் போக்கை விளக்கினான், எந்த நாட்டிலே நான் ஆதிக்கம் பெற நடமாடுகிறேனோ, அந்த நாட்டு மக்கள் எந்த மதத்தை மேற்கொண்டிருக்கிறார்களோ, அந்த மதம் அந்தச் சமயம் என் மதம் என்று.

அலெக்சாண்டிரியா பிடிபட்டது; கெய்ரோவுக்குள் நுழைந்தாயிற்று. நெப்போலியன் கொண்டிருந்த நீண்ட காலத்துக் கனவு நிறைவேறிவிட்டது.

இதற்கிடையில், நெப்போலியனுடைய கப்பல்கள் பிரிட்டிஷ் தாக்குதலால், சிதறிச் சின்னாபின்னமாயின. எனவே,

பிரான்சுக்கும், நெப்போலியனுக்கும் தொடர்பு அறுபட்டுப் போய்விட்டது. ஐந்து திங்களாகச் செய்தியே கிடைக்கவில்லை பாரிசிலிருந்து. நெப்போலியனுக்குச் சங்கடமும் சலிப்பும் ஏற்பட்டுவிட்டது. தவறி, அவனிடம் கிடைத்த ஒரு தகவல், அவன் நெஞ்சிலே தீ முட்டிவிட்டது - ஆடிப்பாடிக் களிக்கிறாள் புதுக் காதலனோடு உன்னுடைய ஜோசபைன், என்பது சேதி.

வெற்றியாம்! விருதுகளாம்! விழாவாம், மகிழ்வாம்! புகழாரமாம் எனக்கு! சே! என்ன இருக்கிறது இவற்றில், வீண் ஆரவாரம்! நான் தனிமையை விரும்புகிறேன், கீர்த்தியே எனக்குச் சுமையாகி விட்டது. - என்று சலிப்புடன் பேசுகிறான் நெப்போலியன், வயது முப்பதுக்கு ஓராண்டு குறைவு.

தனக்குச் சலிப்பு ஏற்படலாம், ஆனால் போர் வீரர்களுக்கு ஏற்படக்கூடாதே. ஏக்கம் வளர்ந்தால், வீடு திரும்பும் துடிப்பு எழும், அதற்கு வழி இல்லை என்று தெரிந்தால், திகைப்பு ஏற்படும், எதிர்ப்புக் குணம் ஏற்படும்; பிறகு?... புரட்சி! - படைத் தலைமையை எதிர்த்து, மாவீரன் அலெக்சாண்டருக்கே இந்தத் தொல்லை ஏற்பட்டிருக்கிறதே. இதை அறிந்திருந்ததால், நெப்போலியன் தனக்கு ஏற்பட்டிருந்த சங்கடத்தையும் தாங்கிக் கொண்டு, போர் வீரர்களுக்குக் கவலை மேலெழாதிருக்க என்னென்ன செய்வது என்று திட்டமிட்டான். கேளிக்கைக் கூடங்கள் - சூதாடும் அரங்குகள் - நாடக மன்றங்கள் - நாட்டியக் கொட்டகைகள் - உல்லாசத் தோட்டங்கள் - இவற்றை அமைத்து, வீரர்கள் மகிழ்ச்சிபெறச் செய்தான்.

படமெடுத்தாடும் பாம்பு முன் குழலூதி ஆட வைப்போன், பாம்பென நெளிந்தாடும் பாவையர், மேனி அழகை முற்றிலும் மறைத்திடாத முறையில் இருந்த நேர்த்திமிகு மேலாடைகளை

யும் பந்தயப் பொருளாக ஏற்றுக்கொள்ளும் கழலாடுமிடங்கள், இசைபாடி மகிழ்விப்போர், இப்படிப் பலவகை.

இது மட்டும் போதாது என்பதை உணர்ந்த நெப்போலியன், வீரருக்கு விருப்பமான பொழுதுபோக்கு, போர் என்ற முறைக்கு ஏற்ப, சிரியா மீது போர் தொடுத்தான். வேலை வந்தது விசாரம் தொலைந்தது என்று எண்ணிப் படையினர் கிளம்பினர். ஆனால் சிரியாவின் கோட்டை நகரை முற்றுகையிட்டு மும்முரமாகப் போரிட்டும் வெற்றி கிட்டவில்லை - பிரிட்டிஷ் தளபதி ஒருவன் பீரங்கிப் படையை அமைத்துக்கொடுத்ததால், சிரியா, தாக்குப் பிடித்தது மட்டுமல்ல, நெப்போலியன் படையை விரட்டித் தாக்கவும் முடிந்தது.

பகுதி: 7

சிரியாக்காரரின் தாக்குதலைவிடக் கொடுமையாகப் பிளேக் காய்ச்சல் நோய் தாக்கிற்று. பலர் மாண்டனர், பலர் குற்றுயிராயினர். படை முற்றுகையிட்டுப் பலன் காணாமல் திரும்பிற்று - வழியெல்லாம் பிணம்! நடந்துகொண்டே இருப்பர், கீழே விழுவர், ஒரு முனகல், ஓர் இழுப்பு, பிணமாவர். பிளேக் தொத்து நோய் என்பதால், அந்தக் காய்ச்சல் கொண்டவர்களை, உடனழைத்துச் செல்ல பயந்துகொண்டு, அங்கங்கே விட்டு விட்டுப்போக நேரிட்டது. குற்றுயிராகிக் கிடந்தவர்களை வெட்டி வீழ்த்திக் கொக்கரித்து வெறிகொண்ட கும்பல், எங்கும் பீதி, அவதி, நெப்போலியன் கூடுமான மட்டும் அவர்களுக்கு ஆறுதல் அளித்துப் பார்த்தான், முடியவில்லை, அழிவைத் தடுத்திட இயலவில்லை. எகிப்திலே பெற்ற வெற்றியால் கிடைத்த களிப்பு கருகியே போய்விட்டது. பாலைவனத்துக்குப் பலியாகிறோம் பாரிசில் உலவிக்கொண்டிருந்த நாங்கள் - என்று கூறிக் கதறினர்.

பலப்பல நூற்றுக்கணக்கானவர்கள், நோயினால் வேதனைப் பட்டபோது, மருந்து கொடுத்துக் குணப்படுத்தாமல், அதிக அளவு அபின் கொடுத்து அவர்களை நெப்போலியன் சாகடித்தான் என்று ஓர் குற்றம் சாட்டப்படுகிறது - முற்றிலும் ஆதாரமற்றது அல்ல.

செயிண்ட் எலினா தீவிலே நெப்போலியன் அடைபட்டுக் கிடந்தபோது, இப்படி நடைபெற்றது என்று ஒப்புக் கொண்டான். ஆனால் வேறு வழியில்லை என்று வாதாடினான். மருந்து இல்லை, அவர்களின் வேதனை வளர்ந்தது. சித்திரவதைக்கு ஆளாகிச் சாவதைவிட, எதிரிகளிடம் சிக்கிச் சிதைக்கப்படுவதை விட, நிம்மதியான முறையிலே சாவு தேடிக்கொள்ளட்டும் என்பதனால்தான்

அபின் கொடுக்கச் செய்தேன் என்று விளக்கம் அளித்தான். விளக்கம், நிலைமை என்ன என்பதனைத் தெரிந்து கொள்ளப்பயன்படுகிறது என்றாலும், நெப்போலியன்மீது படரும் குற்றம் நீங்கிவிட்டது என்று கூற முடியாது.

என்போன்ற படைத் தலைவர்கள், பலர் கொல்லப்படுவது குறித்து மிகுதியாகக் கவலைப்படுவதற்கில்லை, பலி பல தந்து தான் வெற்றிபெற்றாகவேண்டி இருக்கிறது, என்று வேறோர் முறை நெப்போலியன் கருத்தறிவித்தான்.

இங்கு இது; அங்குப் பாரிசில், நெப்போலியனுக்கு எதிராக ஒரு சதி உருவாகிறது, அது வளருமுன் வெளிப்பட்டு விடுகிறது, அதில் ஈடுபட்டோர், சுட்டுக் கொல்லப்படுகின்றனர்.

எகிப்துப் படை எடுப்பு பேரிழப்பாகிவிட்டது என்ற செய்தி, பிரான்சிலே பரவி, தன் மதிப்பு மங்கி, வெறுப்பும் எதிர்ப்பும் மூண்டுவிடா முன்பு, தானே நேரில் சென்று அங்கு நிலைமையைச் சீர்படுத்தியாகவேண்டும் என்று தோன்றிற்று. எனவே படையினரை எகிப்தில் விட்டுவிட்டு, பாரிஸ் பயணமானான் நெப்போலியன். வழியிலே பிரிட்டிஷ் கடற்படை வீசிய வலையிலே விழாமல் தப்பினான் - பாரிஸ் வந்தடைந்தான் - கண்டதும் மக்கள் மகத்தான வரவேற்பு அளித்தனர். சிரியாவிலே நேரிட்ட சீரழிவு பற்றிய செய்தி எட்டவில்லை அதுவரையில் எகிப்து பிடிபட்டது - பிரான்சுக்கு அடி பணிந்தது - என்ற செய்தி மட்டுமே எட்டி இருந்தது. எனவே, இதோ எமது அலெக்சாண்டர், இவர் எமது சீசர் - என்று களிப்புடன் கூவினர், கொண்டாடினர் கோலாகல விழா நடத்தினர் பாரிஸ் மக்கள்.

நெப்போலியன் எகிப்து சென்று திரும்புவதற்குள், இத்தாலிய களத்திலும் ஆஸ்ட்ரியப் போலிலும் நெப்போலியன் ஈட்டிய

பெருமைகள் அத்தனையும் பாழ்படும் படியான தோல்விகள் பிரெஞ்சுப் படைகளுக்கு அங்கெல்லாம் ஏற்பட்டு, பிரான்சின் மதிப்பு குன்றிக்கிடந்தது. வெற்றி மேல் வெற்றி பெற்றுத்தர அந்த ஒரு நெப்போலியனால் மட்டும்தான் முடியும் மற்றவர்கள் வெறும் ஆடம்பர உருவங்கள் என்று மக்கள் மனம் நொந்து பேசிக்கொண்டனர். இந்தச் சூழ்நிலையைப் பக்குவமாகப் பயன்படுத்திக் கொண்டு, சய்யீஸ், டுகோஸ், பாராஸ், கோசியர், மோலீன் எனும் ஐவர் பொறுப்பாளர்களாக இருந்து நடத்தி வந்த ஆட்சிக் குழுவை உருட்டி மிரட்டி, இடம் தனக்குத் கிடைக்கும்படியாகவும், குழுவை ஆட்டிப் படைக்கும் நிலை தனக்கு ஏற்படும்படியாகவும் நெப்போலியன் செய்து கொண்டான்.

ஐந்நூறு உறுப்பினர்கள் கொண்ட ஆட்சி மன்றத்தில், நெப்போலியனுடைய உடன்பிறந்தான் லூசியின் அவைத் தலைவராக இருந்தது, வாய்ப்பாகிவிட்டது.

இரத்தம் சிந்தாத முறையில், காற்றடித்துக் கனி காலடி வீழ்வது போல், ஆட்சி செய்யும் அதிகாரம் தன்னிடம் வந்து சேரத்தக்க சூழ்நிலையை உண்டாக்கினான்.

சர்வாதிகாரத்துக்குப் பணியமாட்டோம்! அரசியல் சட்டத்துக்கு வேட்டு வைப்பதைச் சகித்துக்கொள்ள மாட்டோம்! என்றெல்லாம், இலட்சிய முழக்கம் எழுப்பிப் பார்த்தனர்! ஆட்சி மன்றத்தினர். நெப்போலியன் நடத்திய நேர்த்தியான நாடகம் அனைவர் மனத்தையும கவர்ந்துவிட்டது.

படைவீரர்களும் ஆர்வம் கொந்தளிக்கும் மனத்தினரான மக்களும் நெப்போலியன் பக்கம். பொறுப்பாளர் பாராஸ் தமது செயலாளரை அனுப்பி இருந்தார் நிலைமைக்கான விளக்கத்தைக் கேட்டு வரும்படி, நெப்போலியனிடம். எதிரே

கூடி இருந்தோர் உள்ளம் புல்லரித்துப் போயிற்று. நெப்போலியன் அப்போது நிகழ்த்திய உரை. பாராஸ் அனுப்பிய ஆசாமியின் கரத்தைப் பிடித்துக்கொண்டு, மிகவும் உருக்கமான குரலில், "கீர்த்திமிக்க நிலையில் உங்களிடம் நான் ஒப்புவித்து விட்டுப்போன பிரான்சு நாட்டை என்ன செய்தீர்கள்? அமைதியை ஏற்படுத்திவிட்டுச் சென்றேன், வந்து காண்கிறேன், அமளியை! வெற்றி வீரர்களாக்கி விட்டுச் சென்றேன், இப்போது தோல்வி தாக்குகிறது, இத்தாலியிலிருந்து கொண்டுவந்த பெரும் பொருளைத் தந்துவிட்டுச் சென்றேன், இப்போது தவிப்பு, பிற்போக்குத்தனம், தொல்லைகளைக் காண்கிறேன். கீர்த்திமிக்க போர்களிலே என் உடனிருந்த ஆயிரமாயிரம் ஆற்றல் மறவர்கள் - இத்தாலிய களங்களிலே வெற்றி தேடித்தந்த வீரப்புதல்வர்கள் எங்கே? கொல்லப்பட்டுப் போயினர்" என்று நெப்போலியன் பேசினான் - அந்தப் பேச்சு, பிரான்சு நாட்டை ஆளும் பொறுப்பினை அவனுக்குத் தந்து விட்டது என்று கூறலாம். உயர்தரமான கறுப்புக் குதிரைமீது அமர்ந்தபடி நெப்போலியன் ஆற்றிய இந்த வீர உரை கேட்டவர்கள், நாடு நெப்போலியனிடம் ஒப்படைக்கப்பட்டா லன்றி இழிவு துடைக்கப்பட முடியாது என்று முடிவுக்கு வந்தனர். இழிவு துடைக்கப்பட வேண்டும், இரத்தம் கொண்டு கழுவினால் மட்டுமே, இழிவு போகும் என்றான் நெப்போலியன். சரி! தயார்! என்றனர் வீரர்கள். இரத்தம் பொங்கிற்று, மேலும் மேலும்; வெற்றிகள் கிடைத்தன ஒன்றன் பின் ஒன்றாக.

கிளம்பிய எதிர்ப்புணர்ச்சிகளை முறியடிக்க, படை நெப்போலியன் பக்கம் திரண்டுவிட்டது. ஆட்சி மன்றத்தின் அவைத் தலைவராக இருந்த லூசியன் உடன் பிறந்தானுக்காக உன்னதமான நாடகம் வேறு நடத்தினான். நெப்போலியன் ஆட்சி நடத்தும் பொறுப்பு ஏற்கவேண்டியதுதான், "ஆனால்... என்று கூறியபடி, வாளை உருவினான் லூசியன், நெப்போலியன் முயன்றால், கூர்வாளைப் பாய்ச்சுவேன் கொடியோன் மார்பில், கொன்று போடுவேன், உடன்

பிறந்தவன் என்ற எண்ணம் துளியுமின்றி" என்று பேசினான். இதனைக் கண்ட மக்களின் கண்களிலே நீர் துளிர்த்தது.

லூசியனும் நெப்போலியனும் நடாத்திய நாடகம் வெற்றி பெற்றது, சய்யீஸ், டுகோஸ், நெப்போலியன் எனும் மூவரிடம் ஆட்சிப் பொறுப்பு தரப்பட்டது - அதிலே முதலிடம் நெப்போலி

யனுக்கு. பிறகு செய்து முடித்த அரசியல் திட்டங்களின் பயனாக முதலிடம், முழு இடமாகிவிட்டது. நெப்போலியன், ஈடு எதிர்ப் பற்ற நிலை பெற்றான்.

ஆட்சி மன்றங்கள் எதற்கும் நெப்போலியனைக் கட்டுப் படுத்தும் அதிகாரம் கிடையாது - ஆட்சி மன்றங்களுக்கு உறுப் பினர்கள் தேர்ந்தெடுக்கப்படுவதும், மறைமுக வாக்கெடுப்பின் மூலம்! இப்படிப்பட்ட மாறுதல் புகுத்தப்பட்டது. அரண்மனையிலே அடைபட்டுக் கிடக்கும் அதிகாரங்களை மக்களிடம் கொண்டு வந்து சேர்த்திடத்தான் மாபெரும் புரட்சி நடந்தது; ஆனால் இப்போது, மாமன்னரிடமிருந்து பறிக்கப்பட்ட அதிகாரம் அனைத்தும் மாவீரனிடம் ஒப்படைக்கப்பட்டு விட்டது. பட்டம் சூட்டிக்கொள்ள வில்லையே தவிர, பட்டத் தரசர்களுக்கெல்லாம் கிட்டாத அதிகார பலமும், மக்கள் ஒப்புதலும் நெப்போலியனுக்குக் கிடைத்தது.

புதிய மாறுதலுக்கு இசைவு தந்து *3,011,007* - மக்கள் வாக்களித்தனர்; மறுத்தவர் தொகை *1,562*.

பத்து ஆண்டுகள் பதவிக் காலம் என்று அறிவிக்கப்பட்டது.

*1799*ஆம்ஆண்டு இந்த நிலை கிடைத்தது நெப்போலியனுக்கு.

1800ஆம் ஆண்டு, ஆல்ப்ஸ் மலையைக் கடக்கிறான், ஆஸ்ட்ரியாவைச் செம்மையாகப் புடைத்து மாராங்கோ எனும் களத்தில் வெற்றிபெறுகிறான்.

இழிவு துடைக்கப்பட்டது என்று எக்களிப்பு, மக்களுக்கு. இத்தகைய வெற்றி பெற்றளிக்கத்தக்கவனை பத்து ஆண்டுகளாக, அவன் உயிருள்ள மட்டும், அதிபராகக் கொள்ளலாமே! என்றனர் மக்கள் ஆர்வத்துடன்.

தோற்கடிக்கப்பட்ட ஆஸ்ட்ரியாவுடன் தொடர்ந்து பகை கொண்டால், மற்ற களங்களிலே கவனம் செலுத்த இயலாது என்பதால், 1801இல் ஆஸ்டரியாவுடன் சமாதானம் செய்து கொண்டான். போப்பாண்டவருடன் மூண்டு கிடந்த பூசலையும் விட்டொழித்து சமரசம் ஏற்படுத்திக் கொண்டான். 1802ஆம் ஆண்டு இங்கிலாந்துடன் நேச ஒப்பந்தம் செய்துகொண்டது நீடிக்கவில்லை, மறு ஆண்டே போரிடவேண்டி நேரிட்டது.

இதற்கிடையில், மிரண்டோடிய போர்போன் வம்ச மன்னர் குடும்பத்தினரும், இங்கிலாந்து போன்ற பகை நாடுகளும் மூட்டி விட்ட கூட்டுச் சதியால்; நெப்போலியனைக் கொல்ல முயற்சி செய்யப்பட்டது. தப்பித்துக்கொண்டான். ஆபத்து நீங்கியது மட்டுமல்ல, அதே ஆபத்தைக் காரணம் காட்டி, நெப்போலியனுடைய நிலையை மேலும் பாதுகாப்புள்ளதாக உயர்த்திடவேண்டும் என்ற திட்டமும் ஏற்பட்டது.

1804ஆம் ஆண்டு ஏழாவது பயஸ் எனும் போப்பாண்டவர், நெப்போலியனுக்கு முடிசூட்டுவிழா நடத்தினார்; ஆற்றலால் அதிபனானான். இப்போது அருளும் கிடைத்து விட்டது. எட்டுக் குழந்தைகள் கொண்ட எளிய குடும்பத்தில் பிறந்து, கடினமாக உழைத்து களம் பல சுற்றிப் போரிட்ட நெப்போலியன் அரசர்க்கரசன் ஆனான்; ஆக்கப்பட்டான், மன்னன் வேண்டாம்! அப்படி ஒருவனை உயர்த்திவிடுவது மக்களின் உரிமைக்கு உலை வைக்கிறது என்று கூறிப் புரட்சி

நடத்திய பிரான்சு நாட்டிலே மன்னனுக்குப் பதிலாக மாமன்னன் அரசோச்சலானான்!

1805ஆம் ஆண்டு, இத்தாலி நாட்டுக்கு மன்னன் ஆனான் - அதற்கும் ஒரு தனி முடிசூட்டு விழா.

நெப்போலியனுடன் ஜோசபைனுக்கும் முடிசூட்டு விழா நடந்தது. முதற் கணவன், சீமான் என்பதற்காக வெட்டிக் கொல்லப்பட்டான். புரட்சி அரசினால், மூன்று மாதம் ஜோசபைனையும் சிறையில் அடைத்து வைத்திருந்தார்கள், இப்போது அவள் மணிமுடி தரித்துக்கொண்ட மகாராணி! எச்சிற்கலம் என்று ஏளனம் பேசினோர் என்ன ஆயினர்? மகாராணி முன் மண்டியிடுகிறார்கள்! உடன் பிறந்தவர்கள், உற்றார் உறவினர் அனைவருக்கும் மணிமுடிகள்.

பிற்காலத்திலே நெப்போலியன், தனக்குற்ற நண்பர்களுக்கு, தங்கத்தாலானதும், தந்தத்தாலானதுமான பொடி டப்பாக்களைப் பரிசளித்தான் - மாமன்னனான காலத்தில், வேண்டியவர்களுக்கெல்லாம் மணி முடிகளைப் பரிசளித்தான்.

ஆலந்துக்கு அதிபன் ஜோசப், நேப்பிள்ஸ் நாட்டு மன்னன் லூயி, வெஸ்ட்பேலியா வேந்தனானான் ஜெரோம்! - இரண்டு ஆண்டுகளானதும் ஜோசப், ஸ்பெயின், நாட்டுக்கு மன்னனாக்கப்பட்டான். மணிமுடிகள், நெப்போலியனிடம் பூப்பந்துகளாயின!

ஆஸ்ட்ரியா, பிரஷ்யா, ரஷ்யா, இந்த மூன்று நாடுகளும், நெப்போலியனுடைய கண்களை உறுத்திக் கொண்டிருந்தன. கருத்தை மருட்டிக்கொண்டிருந்தன. தனித்தனியாக இவற்றைத் தீர்த்துக்கட்ட முனைவான் ஒருமுறை; இவற்றுக்குள் கிலேசம் ஏற்படுத்தி வலிவைப் பிளந்திட நினைக்கிறான் ஒருமுறை! ஒவ்வொரு முறையிலும் வெற்றி

கிட்டுகிறது, ஆனால் நிலைக்கவில்லை; நிலைகுலைந்து கீழே விழுந்துவிட்டது போலத் தெரிகிறது. ஆனால் மீண்டும் தலைதூக்கிப் போரிட முனைகின்றன இந்த நாடுகள்.

பேரரசு அமைக்க நான் எண்ணியதற்குக் காரணமே, அப்போதுதான் அமைதி ஏற்பட்டு, ஒழுங்கு நிலைநாட்டப்பட்டு, மக்கள் வளம் நிரம்பிய வாழ்வு பெறுவர் என்று நெப்போலியன் தத்துவம் பேசினான் - ஓரரசு - பேரரசு - ஆற்றலரசு - என் அரசு - என்று எழுச்சியுடன் முழக்கமிட்டான். ஆனால், ஒவ்வோர் இடத்து இன, தேசிய உணர்ச்சிகளை மாய்த்துக் கொள்ள, மன்னர்கள் மட்டுமல்ல, எந்த நாட்டு மக்களும் ஒப்புவதில்லை. சில வேலைகளிலே தாங்க முடியாத தாக்குதல் காரணமாக, தமது உணர்ச்சிகளை மறைத்துக் கொள்ளக்கூடும், ஆனால் அவை அடியோடு மாய்ந்துவிடுவதில்லை - ஏனெனில் அந்த உணர்ச்சி ஊனில் உயிரில் கலந்துவிட்டிருக்கிறது. தலைமுறை தலைமுறை யாகப் பையப்பைய வளர்ந்தது அந்த உணர்ச்சி. காவியத்திலும் ஓவியத்திலும் கலந்து நிற்கிற மொழி, அதற்கான வழிகாட்டுகிறது. இத்தகைய உணர்ச்சியை உருக்குலைக்க முனைவானேன்? பல தனித்தனி வடிவங்களைப் பொடிப் பொடியாக்கி, புதிய கலவை முறை கண்டுபிடித்து, பேருரு அமைப்பானேன்? நெப்போலியன் இதற்கான விளக்கம் தரவில்லை. பேரரசு அமைக்கவேண்டும் என்று கூறினான் - தக்க பொருள் அமைப்பு காரணம் காட்ட முடியவில்லை.

ஐரோப்பாவில் அமளியற்ற நிலை ஏற்பட்டுவிட்டால், பிறகு இங்கிலாந்தை ஒழித்துக்கட்ட எளிதாக முடியும் என்பது அவன் எண்ணம்.

இங்கிலாந்து பிற்போக்காளர்களின் பிறப்பிடம், பிரபுக்களின் கொலுக்கூடம், என்பது நெப்போலியன் கொண்ட கருத்து, சுரண்டிப் பிழைப்பதும் சுகபோகம் அனுபவிப்பதும், இதற்குச்

சூது முறைகளை மேற்கொள்வதும் இங்கிலாந்து நாட்டுப் பரம்பரைக் குணம் என்று கண்டிப்பது வாடிக்கை.

வீரதீர மிக்கவர்கள் அல்ல, இங்கிலாந்து நாட்டவர், பெட்டிக் கடைக்காரர்கள் அந்நாட்டு மக்கள் என்று ஏளனம் செய்வான்.

அங்கிருந்து கிளம்பிய வெலிங்டன் தான், தன்னை இறுதியாக வீழ்த்தப் போகிறான் என்று நெப்போலியன் துளிகூட எண்ணவில்லை.

இங்கிலாந்திடம் ரஷியாவோ, ஆஸ்ட்ரியாவோ, தன்னைப் போலவே பகைகொண்டுவிட்டால், திட்டம் எளிதாக வெற்றி பெறும் என்ற எண்ணம்கொண்டு, ஒவ்வொரு சமயம் ஒவ்வொரு நாட்டுடன் நேச உறவு ஏற்படுத்திக்கொள்ள முனைந்தான்.

ரஷியா, பிரஷ்யா, ஆஸ்ட்ரியா எனும் இம்மூன்று அரசுகளும் கூட்டுச் சேராமல் பார்த்துக்கொள்ளவேண்டும். அதே போது இவை ஒவ்வொன்றும், பிரான்சு நாட்டின் ஆதிக்கத்தை மறுக்கக்கூடாது, இங்கிலாந்திடம் நேசத் தொடர்புகொள்ளக் கூடாது - இது நெப்போலியன் நடத்திக்காட்ட விரும்பிய திட்டம்.

கூட்டாகப் பணியாற்றினால் மட்டுமே, நெப்போலியனைச் சமாளிக்க முடியும் என்ற எண்ணம் ஏற்பட்டதற்குக் காரணம், அச்சமூட்டத்தக்க விதமான வெற்றிகளை, நெப்போலியன் பெற்றதுதான். 1805 - 1806 - 1807 - ஆண்டுகளில், நெப்போலியன், இந்த மூன்று நாடுகளும் ஆஸ்ட்டர் லிட்ஸ், ஜினா, பிரயிட்லாண்டு எனும் களங்களில் திடட்மிட்டு முறியடித்தான். ஏராளமான இரத்தம் பொங்கிற்று, ஆனால் நெப்போலியனுடைய புகழ் உலகெங்கும் எதிரொலித்தது.

டில்சிட் என்ற இடத்தில் ரஷிய அதிபருடன் நெப்போலியன் நேச உறவு கொண்டான்; அது ஒரு விழாவாக, வெற்றி வைபவமாகக் கொண்டாடப்பட்டது. "ஐரோப்பாவின் இப்புறத்தில் நான், அப்புறத்தில் தாங்கள், ரஷிய அதிபரே நமக்குள் நேசக் கூட்டுறவு நிலைத்துவிடுகிறது. இங்கிலாந்து நாடு இனி என்ன செய்யும்! தீர்த்துக்கட்டி விடுகிறேன். உலகிலே கீழை நாடுகளிலே இங்கிலாந்து பெற்றுள்ள பூபாகங்களை நமக்குள் பங்கிட்டுக் கொள்வோம்" என்று பூரிப்புடன் நெப்போலியன் கூறினான். புகை வெளியே தெரியவிடாமல் நெருப்பை மூட்டத்தக்க தந்திரம் கொண்ட ரஷிய அதிபர், அலெக்சாண்டர், சொல்லவேண்டுமா! தெரியாதா! என்பன போன்ற இருபொருள், மறைபொருள் பேச்சுப் பேசி, நெப்போலியனை ஏமாளியாக்கினான்.

ஆற்றல் அளவு கடந்தது, கட்டுக்கடங்காத ஆவல் - எனவே நெப்போலியன் மனத்திலே, அலை அலையாக எண்ணங்கள், விதவிதமான திட்டங்கள் குமுறி எழுந்த வண்ணம் இருந்தன.

இங்கிலாந்தைத் தாக்கவேண்டும் என்ற திட்டம் வெற்றி பெறுவதற்கு வெகு பாடுபடவேண்டும், ஆற்றல் அனைத்தையும் செலவிடவேண்டும். இங்கிலாந்திலே என் படை இறங்கினால், சில மணி நேரம் போதும், அந்நாட்டவரை நையப் புடைத்து வீழ்த்த என்று இறுமாந்து பேசினான் நெப்போலியன். - வீரன், ஐயமில்லை, வெற்றி பெற்றுமிருப்பான், மறுத்திட இயலாதுதான், ஆனால் இங்கிலாந்து நாட்டிலே படைகள் இறங்க வேண்டுமே! இடையே உள்ள கடலில், பிரிடடிஷ் கப்பற்படை விழிப்புடன் இருக்கிறது. எத்தனையோ களங்களில் வெற்றிபெற்ற பிரான்சு, கடற்போரில் இங்கிலாந்திடம் டிராபால்கர் எனும் போரில் தோற்றுத்தானே இருக்கிறது.

இதனை எண்ணும்போது நெப்போலியனுக்கு எரிச்சல் மேலிட்டது, அச்சம் எழவில்லை.

சரி, இங்கிலாந்தைத் தாக்குவதையே ஒரே குறிக்கோளாக வாவதுகொண்டு செயலாற்ற முடிந்ததா என்றால், இல்லை - இடையில் பல இடங்களில் பகை மூள்கிறது.

1807இல் போர்ச்சுகல்மீது படை எடுப்பு.

1808இல் ஸ்பெயினைத் தாக்கிப் பிடிக்கிறது பிரெஞ்சுப் படை; ஜோசப் மன்னனாக்கப்படுகிறான்.

ஸ்பெயின், இங்கிலாந்தின் துணை நாடிப்பெறுகிறது; அங்கு இருந்துகொண்டு, வெலிங்டன் ஆறு ஆண்டுகள் போர் நடத்துகிறான் - வாடர்லூவுக்கு ஒத்திகை நடத்துவது போல. 1808 முதல் 1814 வரையில் ஸ்பெயினுக்காக நடைபெற்ற போரில், பிரான்சு மிக அதிக அளவிலே இரத்தம் கொட்டி, தோற்றது.

நேச உறவு கொண்டிருந்த அலெக்சாண்டர், கெக்கலி செய்யாதிருப்பாரா? நையப் புடைத்த பிறகுதானே, நெப்போலியன் அவரிடம் நேசக்கரம் நீட்டினான். இப்போது பிரான்சின் புகழ் பாழ்படும்படி ஸ்பெயினிலே தோல்வி - ஏற்பட்டது கண்டதால்,

இனி நெப்போலியனுக்கு இறங்குமுகம் கண்டுவிட்டது என்று எண்ணி, எதிர்ப்புக் காட்டலானான் ரஷிய அதிபன். நேச உறவு கெடாதபடி பார்த்துக்கொள்ள, ரஷிய அதிபருடன் நெப்போலியன் எர்பர்ட் எனும் இடத்தில் பேசுகிறான் - பாவனைதான் அதிகம், உண்மைப் பாசம் எழவில்லை.

1809இல், வாக்ராம் எனும் களத்தில், மறுபடியும் ஆஸ்ட்ரியாவை முறியடித்து நெப்போலியன் தன் புகழை நிலை நாட்டுகிறான்.

ஓர் இடத்திலே தோல்வி ஏற்பட்டால், இழிவு உண்டாகிறது. உடனே அதனைத் துடைத்தாகவேண்டும், இல்லையென்றால், உள்நாட்டிலே மதிப்பு மங்கிவிடும், எனவே, வேறு ஓர் களம் ஏற்படுத்திக்கொண்டாகிலும் வெற்றிபெற்றுக் காட்டித் தீரவேண்டி ஏற்படுகிறது.

நெப்போலியன் சில நிலைமைகளை உண்டாக்கிவிட்டான் முதலில்; பிறகு அந்த நிலைமைகள் அவனை ஆட்டிப்படைக்க லாயின.

பரம்பரை மன்னர்கள் பலமுறை தோற்கலாம் பாதகமில்லை; மக்கள் மன்னனிடம் கொண்டுள்ள மதிப்பைக் குறைத்துக் கொள்ள மாட்டார்கள்; அந்த மதிப்பு 'பக்தி'யாகி விட்டிருக்கிறது; என் நிலை அப்படிப் பட்டது அல்ல; 'ராஜ பக்தி' எனும் அடிப்படைமீது நான் நின்று கொண்டில்லை; ஆற்றலால் அரசாளும் நிலை பெற்றேன்; அந்த ஆற்றல் குறைகிறது, குலைகிறது என்றால் களத்திலே தோல்விகள் கண்டால், போற்றுவோர் தூற்றத் தொடங்குவர், வாழ்த்தி நிற்போர் வசைபாடுவர், அடங்கிக் கிடப்போர் ஆர்ப்பரிப்பர்; ஆபத்து ஏற்படும் என் பதவிக்கு''

என்று நெப்போலியன் ஒருமுறை கூறினான். முற்றிலும் உண்மைதான்! ஆனால், பல இலட்சக்கணக்கானவர்களைக் கொன்று குவித்து, இரத்தம் பொங்கச் செய்து வெற்றிகளைப் பெற்று ஒரு தனி மனிதனின் நிலையை. பதவியைக் காப்பாற்றிக் கொள்வதால், அவனைத் தாங்கி நிற்கும் நாட்டுக்கும், பின்பற்றும் மக்களுக்கும் என்ன பலன் கிடைக்கிறது, வெற்றி! வெற்றி! மகத்தான வெற்றி! என்ற

முழக்கம்தானே அவர்கள் கண்ட பலன். உரிமைகள் அழிகின்றன; வாழ்வு ஆபத்துச் சூழ்ந்ததாகிறது, பொருள் பாழாகிறது; மக்களிடம் மிருக குணம் மேலோங்கி விடுகிறது; தேவைதானா?

களங்களிலே இந்த நிலை எனில், பிரான்சு நாட்டு அரசியலிலேயும் பல, புதிய சிக்கல்கள்!

நெப்போலியனைக் கொல்லச் சதிகள்! எதிர்க்க ஏற்பாடுகள்! விரட்ட திட்டங்கள், அவ்வப்போது எழுகின்றன. திறமைமிக்க போலீசுப் படையும் உளவாளரும் இருப்பதாலும், இவர்களைவிடத் திறமையாக நெப்போலியன் எந்தக் காரியத்தையும் கவனித்துக் கொள்வதாலும், சதிகாரர் வெற்றி பெறவில்லை.

நண்பர்கள் கூறுகிறார்கள், வாரிசு இல்லாதவராகத் தாங்கள் இருப்பதால்தான், சதிகாரர்கள் தங்களைத் தீர்த்துக் கட்டிவிட்டால் பழைய மன்னர் ஆட்சியை ஏற்படுத்தலாம் என்று எண்ணுகிறார்கள். ஆகையால்...

"என்ன செய்ய வேண்டும்?"

"நாட்டுக்கு ஓர் இளவரசன் வேண்டும், மகன் வேண்டும்"

"ஜோசபைன், தாயாக வேண்டும்"

"ஆகக் காணோமே, அறிகுறியும் இல்லையே..."

"அவள் அழகும் என் ஆற்றலும் கலந்து ஒரு குழந்தை பிறந்தால்..."

“நாடே கொண்டாடும், ஆனால் எதிர்பார்த்து ஏமாற்றம் தான் காண்கிறோம். ஆகவே...”

“ஆகவே...?”

“தாங்கள் வேறோர் திருமணம் செய்துகொள்ள வேண்டும்...”

“ஜோசபைன் இருக்கும்போதா! என் காதலரசி இருக்கும் போதா?”

“இன்றுபோல் என்றும் ஜோசபைன், காதல் அரசியாக இருக்கட்டும். பட்டத்தரசியாக வேறோர் பாவையைத் தேடித் திருமணம் முடித்துக்கொள்ளவேண்டும். அவர்கள் நாட்டுக்கு ஓர் இளவரசனைப் பெற்றளித்தால், பேராபத்து யாவும் மடிந் தொழியும்.”

பகுதி: 8

துவக்கத்தில் துளியும் இணங்கவில்லை நெப்போலியன், இறுதியில் பெண் தேடு படலம் ஆரம்பமாயிற்று ஜோசபைன் விவாக விடுதலைக்கு இணங்கவேண்டி நேரிட்டது. கண்ணீர் பொழிந்து காலடி வீழ்ந்து பார்த்துப் பலன் ஏற்படாததால்.

1810இல் ஆஸ்ட்ரியா நாட்டு அரசிளங்குமரி, மேரி லூயியை மணம் செய்து கொள்கிறான் - அரச வம்சத்துடன் கலப்பு!!

அடுத்த ஆண்டு மகன் பிறக்கிறான்! குழந்தை ரோமாபுரி அரசன் என்ற பட்டம் பெற்றுவிடுகிறது, பரம்பரை ஏற்பட்டு விட்டது!!

கணக்குப் பாடத்திலே வல்லவன் நெப்போலியன் - ஆனால் ரஷிய நாட்டைப் பற்றிச் சரியான கணக்குபோட மட்டும் தெரியாமல் போய்விட்டது.

பகை கக்கியபடி இருந்த ஆஸ்டரியா, சம்பந்தி நாடாகி விட்டது. புதிய பலம் என்று தப்புக் கணக்குப்போட்டான் நெப்போலியன். ரஷியாவுடன் போர் தொடுக்க முனைந்தான் - மிகத் தவறான திட்டம் - மிகத் திறமை கெட்ட முறையிலே திட்டத்தை நடத்த முற்பட்டான்.

ரஷியா, விரிந்து பரந்து கிடக்கும் பூபாகம் - அந்த ஓர் இடத்திலே எல்லாவிதமான தட்ப வெப்ப நிலைகளும் உள்ளன - அதுபோலவே, எல்லாவிதமான போர்த்திறன் படைத்தவர் களும் இருக்கின்றனர், தாக்கிடும் போர் நடாத்துவோரும், மறைந்திருந்து தாக்குவோரும், உளர், இது மட்டுமல்லாமல், ஓரிரு களங்களிலே வெற்றி

பெற்றுவிடுவதால் மட்டும் ரஷியாவைச் சரண் அடையச் செய்ய முடியாது - களம் மாறிக்கொண்டே போகும், மேலே மேலே, ரஷியாவுக்கு உள்ளே, உள்ளே பாயும் படை புகவேண்டும்.

எந்த இடத்திலே நின்று போரிட்டால், நல்லது என்பது ரஷியாவில் உள்ளவர்களுக்குத்தான் தெரியும் - படை எடுப்பு நடத்தும் பிரெஞ்சுக்காரருக்குத் தெரியாது.

எல்லாவற்றையும்விட மேலாக மற்றொன்று இருந்தது - ரஷிய அதிபர் அலெக்சாண்டர் போரிட மறுக்கிறார்!

சரண் அடையவும் முடியாது, போரிடவும் போவதில்லை, பாய்ந்து பாய்ந்து ஓயட்டும். மாயட்டும் பிரெஞ்சுப் படை என்கிறார் அலெக்சாண்டர். உள்ளே பாய்வார்களே - என்கிறார்கள் தளபதிகள். பாயட்டும் அவர்கள் நுழையும் இடத்தை விட்டு நாம் வெளியேறி விடுவோம். வேறு இடம் சென்று முகாமிடுவோம் என்கிறார் ரஷிய அதிபர். அங்கும்தானே வரும் எதிரிப் படை? என்கிறார்கள் வரட்டும்! நாம் அவர்கள் வருகிறபோது அங்கு இருக்கமாட்டோம். முகாம் மாறும் என்கிறார், அலெக்சாண்டர். எதுவரையில்? என்று கேட்கிறார்கள் தளபதிகள். நாம் பின்வாங்கிச் செல்ல இடம் இருக்கும் வரையில் என்கிறார் அவர். இடையில் சிக்கிய இடங்களை எல்லாம் எதிரிகள் அழிப்பார்களே என்று கலக்கத்துடன் கேட்கிறார்கள்; அழிக்கும் உரிமை அவர்களுக்கு இல்லை! நாமே அழிப்போம். நாசமாக்குவோம், அவர்கள் நுழையும் இடத்தை, நாம் வெளியேறி வேறிடம் செல்லு முன்பு என்று போர்முறை கூறுகிறார் அலெக்சாண்டர். திகைக்கிறார்கள் தளபதிகள் விளக்கமளிக்கிறார் அதிபர்.

நமது நாட்டிலே நுழையும் எதிரிப்படை பொன்னும் பொருளும் கிடைக்கும். உணவும் உரையுளும் கிடைக்கும்.

போரிட்ட அலுப்புத்தீரும். புதிய வலிவு பெற்றுக்கொண்டு மேலும் தாக்குதலை நடத்தலாம் என்று எண்ணுவார்கள். அதுபோலத்தான் போரிலே நடைபெற்று வருகிறது. நாம் புதுமை முறை மேற்கொள்வோம். தாக்கத் துடிப்பார்கள், சிக்க மாட்டோம்! உள்ளே நுழைவார்கள். வெற்றிடமாகி விட்டிருக்கும் செல்வத் திருநகர்கள். பாதைகள் இடி பாடுகளாகி விடும்! பாலங்கள் தகர்க்கப்பட்டிருக்கும்! வீடுகள் தங்குமிடமாக இரா! களஞ்சியம் கருகிக் கிடக்கும்! கடைகள் சாம்பலாகிக் கிடக்கும். ஆறு குளம் குட்டைகள் சேறும் சகதியுமாகிவிடும். வயல்கள் வெடித்துக் கிடக்கும். ஆடு மாடு கோழி பன்றி மருந்துக்கும் கிடைக்காது. புல் பூண்டுகூடக் கிடைக்காது அவர்களுக்கு. அந்த விதத்தில் எல்லாவற்றையும் பொசுக்கி விடுவோம். எதிரியிடம் எதுவும் சிக்கலாகாது!

கடைசியில், எதிரிகளைத் தாக்குவதுதான் யார்? என்று கேட்கிறார்கள் தளபதிகள். ரஷிய அதிபர் கூறுகிறார். "நாம் போரிடத் தேவையில்லை! கடுங்குளிரும் பனிமழையும் அவர்களைத் தாக்கி அழிக்கும், நமது பலமிக்க படை அவை!" என்று கூறுகிறார்.

ரஷிய அதிபர் கூறியதுபோலத்தான் நடைபெறுகிறது.

1812இல் துவக்கப்பட்ட ரஷியப் படை எடுப்பு, நெப்போலியனைத் திகைக்கச் செய்துவிட்டது. தேடித் தேடிப் பார்க்கிறான், ரஷியப் படையைக் காணோம். ஊரூராகப் பாய்கிறது, பிரெஞ்சுப் படை, போரிடத் துடிக்கிறது; ரஷியப் படை இல்லை.

வில்னா பிடிபட்டது; விட்பெஸ்க் பிடிபட்டது; ஸ்மலான்ஸ்க் பிடிபட்டது! என்று பாரிசுக்குச் செய்திகள் செல்கின்றன.

ஆனால் ஓர் இடத்திலாவது எதிரியைத் தாக்கி அல்ல! எதிரி இருப்பதில்லை; எதுவும் இருப்பதில்லை.

இடையிடையே, ரஷிய காசாக் குதிரை வீரர்கள், பிரெஞ்சுப் படையைப் பக்கவாட்டத்தில் தாக்கிவிட்டு முகாம்களை அழித்துவிட்டு, பாய்ந்தோடி விடுவார்கள்.

அலையும் அலையும் மோதுதல்போல், மலையும் மலையும் தாக்குதல் நடத்திக்கொள்வதுபோல, இருபெரும் படைகள் ஒன்றை ஒன்று எதிர்த்து நின்று போரிடுவதுதான் அதுவரை நெப்போலியன் கண்ட போர் முறை! இது விந்தையாக இருக்கிறது!!

பிரான்சு நாட்டைவிட்டு நெடுந்தொலைவு வந்தாகி விட்டது; இனி அங்கிருந்து படைக்குத் தேவைப்படும் பொருள் ஏதும் பெறமுடியாது; எல்லாம் ரஷியாவிலேதான் தேடிப் பெற்றுக்கொள்ளவேண்டும்; ஆனால் இங்குதான் ஏதும் இல்லையே! எல்லாம் கருகிக் கிடக்கின்றன; சாம்பலாகிக் கிடக்கின்றன. உணவுத் தட்டுப்பாடு; நோய் வேறு பரவுகிறது; படை படாதபாடுபடுகிறது.

குடுசாவ் எனும் ரஷியத் தளபதி, 'ஒற்றைக் கண்ணன்' பொரோடினோ எனும் இடத்தில் படையுடன் இருந்தான் - போரிட்டாக வேண்டிய நிலை ஏற்பட்டுவிட்டது. பெருத்த மகிழ்ச்சி, பிரெஞ்சுப் படையினருக்கு.

"வந்தது வீரர்களே! நீங்கள் மிக ஆவலுடன் எதிர்பார்த்திருந்த வாய்ப்பு. வல்லமையைக் காட்டும் வாய்ப்பு. உமது வீரத்தைப் பொறுத்திருக்கிறது வெற்றி. வெற்றி பெற்றால், எல்லாம் நமக்கு - மாரி காலத்தங்குமிடம் - வாழ்க்கை வசதிகள் - விருதுடன் வீடு திரும்பும் வாழ்க்கை..." வழக்கப்படி உற்சாக மூட்டுகிறான் நெப்போலியன், பயங்கரமான போர் மூண்டு விடுகிறது. இருதரப்பிலும் பலத்த சேதம். நிலைமை, மணிக்கு

மணி மாறியபடி இருக்கிறது, பிணத்தின் மீது நடக்க வேண்டி இருக்கிறது - ரஷியப்படை விரட்டப் படுகிறது!

மாஸ்கோ!! அதோ பொன்மயமாக விளங்கும் கட்டடம் நிறைந்த ரஷிய தலைநகரம்.

ஒரு முகடு மீதேறி, பிரெஞ்சுப்படை, தொலைவிலே தெரியும், மாஸ்கோ நகரைக் கண்டு களிக்கிறது.

உள்ளே செல்கிறது படை, போரிடுவோரும் இல்லை. சரணடைந்தோம் என்று கூறுவாரும் இல்லை, ஆள் அரவமே இல்லை. மாஸ்கோ காலி செய்யப்பட்டுவிட்டிருக்கிறது, கடுங் கோபம் பிரெஞ்சுப் படையினருக்கும். ஆனால் யார்மீது காட்டுவது, கட்டடங்கள்மீது; அங்குக் கிடந்த விலையுயர்ந்த பொருட் களின்மீது! போரிட வந்த படை கொள்ளை அடிக்கிறது - வேறு வேலை? மாளிகைகளிலும், மாதாகோவில்களிலும் பொன்னும் பொருளும் விலையுயர்ந்த கலைக் கருவூலங்களும் கிடைக் கின்றன. பத்திரப்படுத்திக் கொள்வார்கள், பட்டாலான அங்கிகள், வைரம் இழைத்த சிலுவைகள், வண்ணம் நிறைந்த கிண்ணங்கள், தங்க நகைகள், கண்கவரும் வனப்புள்ள ஓவியங்கள்!!

காலமெல்லாம் காட்டிக் காட்டி மகிழலாம் - தலைமுறை தலைமுறையாக இல்லத்தில் இருக்கும், பெருமைதரும் பொருளாக என்று எண்ணி எடுத்து வைத்துக் கொள்கிறார்கள். எத்தனை விருப்பத்துடன் ரஷியர்கள் இந்தப் பொருட்களைச் சேர்த்து வைத்திருந்தனரோ, பாவம். அவ்வளவும் பிரான்சுக்கு! மாஸ்கோவுக்குப் பொலிவளித்த பொருள் அத்தனையும் பாரிசுக்கு! - என்று நினைக்கின்றனர். முன்பு எடுத்துச் செல்லவில்லையா; இத்தாலியிலிருந்து, அதுபோலத்தான் என்ற எண்ணம். ஆனால், இத்தாலியா, ரஷியா! ஒரு பொருளும் போய்ச் சேரவில்லை பாரிசுக்கு! பொருளைக்

களவாடிய வீரர்களிலே மிகப் பெரும்பாலோர் வீடு திரும்பவில்லையே, பொருள் எப்படிப் பாரிஸ் போகும். பொருள் மாஸ்கோவுக்குச் சொந்தம், அதனைச் சூறையாடினவன் உடல் மாஸ்கோ மண்ணுக்கு உரம் என்றாகிவிட்டது.

எந்த இடத்தை இழக்கச் சம்மதித்தாலும் மாஸ்கோவை இழக்க மனம் வராதே, எப்படியும் படையுடன் வருவார் ரஷிய அதிபர் என்றெண்ணினர் - ரஷியப் படையைக் காணவில்லை. ஆனால் அவர்கள் மூட்டிவிட்டுச் சென்ற தீ மாஸ்கோவில் பரவி விட்டது - நகரம் நெருப்பு மயம் - நாசம் நர்த்தனமாடுகிறது! ரஷியப் படையுடன் போரிடலாம். வாய்ப்புக் கிடைத்தால்; நெருப்புடன் எப்படிப் போரிடுவது! கட்டடங்கள் சரிகின்றன, பொருள்கள் சாம்பலாகின்றன. மாஸ்கோ அழிகிறது. வளையை அழித்தால் அதிலே பதுங்கி இருக்கும் பாம்பு என்ன செய்ய முடியும் - நெளியும் சில நேரம் - பிறகு? வேறு இடம் தேடும். அதுபோலத்தான். பொறுத்திருந்து பார்த்தாகிவிட்டது. இனி ஊர்ப் போய்ச் சேரலாம், என்று பிரெஞ்சுப் படை பின்வாங்கத் தொடங்கிற்று. ரஷியப்படை பக்க வாட்டத்திலே தாக்கும் முறையை மேற்கொண்டது; பாதைகளும் பாலங்களும் பாழாக்கப் பட்டதால், படை நடைபோட இயலவில்லை. இந்தச் சமயம் பார்த்துத்தான் புதிய பகைவன், கிளம்பினான். - மாரி, பனி பெய்யத் தொடங்கிற்று. கடுங்குளிர்! ஊர்களே உறைந்து போகின்றன! நடக்கக் கால் வரவில்லை! நின்றால் பனி கொல்லுகிறது! உண்ண உணவில்லை. போகும் வழி அடைபட்டு விடுகிறது; கண் பூத்துப்போகிறது. எப்பக்கம் நோக்கினாலும் வெள்ளை வெளேரென்ற பனிக்கட்டிகள்!! பிரெஞ்சுப் படையினரில் பல்லாயிரவர் செத்துக் கீழே சுருண்டு விழுந்தனர். எவ்வளவு பயங்கரச் சண்டையென்றாலும் இத்துணை கோரமான பிணக்குவியலைக் காணமுடியாது. அழைத்துச் சென்ற வீரர்களில் மிகப் பெரும் பகுதியை இழந்து, துக்கம் துளைத்திட, வெட்கம் வேலாகிக் குத்த, நெப்போலியன்

பாரிசு திரும்பினான், பயத்தால் வெளுத்த முகம், பனியால் ஏற்பட்ட வெடிப்புகள், நடமாடும் வேதனையானான் நாடு பல பிடித்து, விருதுகளுடன் வீடு திரும்பி விழா காண்பவன். ரஷ்யர்கள் பழி தீர்த்துக் கொண்டனர். எந்தப் பகைவனாலும் சாதிக்க முடியாததை, ரஷ்யப் பனி மழை சாதித்து விட்டது. மிரண்டோடாத நெப்போலியன் படைசுருண்டு வீழ்ந்தது. நெப்போலியனுக்கு இனி புகழ் தரும் எதிர்காலம் இல்லை. அது உறைபனியிலே புதையுண்டவிட்டது!

மின்ஸ்க், ஸ்மாலன்ஸ்க், மாஸ்கோ ஆகிய நகர்களில், நாற்றமடித்துக் கொண்டிருந்த பிணக்குவியலைக் கொளுத்திக் கொண்டிருந்தார்கள் - 1,42,000 பிணங்கள்!!

இந்த அழிவைத் தொடர்ந்து ரஷியா, பிரஷ்யா, ஆஸ்ட்ரியா, இங்கிலாந்து, சுவீடன், இத்தாலி எனும் நாடுகள் கூட்டுக் கழகம் அமைத்துக்கொண்டு, லிப்சிக் எனும் களத்தில் நெப்போலியன் படைகளை முறியடித்தன. இனி நேச நாட்டுப் படைகள், பாரிஸ் நோக்கிச் செல்லவேண்டியதுதான்!

இழந்த கீர்த்தியைத் திரும்பப்பெற ஏதேதோ முயற்சிகள் - ஆட்சிமன்ற உறுப்பினர்களிடம் மன்றாடுகிறான் - புள்ளி விவரம் காட்டுகிறான் - புதிய போர்த் திட்டம் கூறுகிறான் - ஒப்புக் கொள்ள மறுக்கிறார்கள். படமுடியாதினித் துயரம், பட்ட தெல்லாம் போதும் என்று கூறிவிடுகிறார்கள் - பட்டம் துறந்து விடத்தான்வேண்டும் என்ற நிலை ஏற்பட்டது.

டோவ்லான், ரிவோலி, ஆஸ்ட்டர்லிட்ஸ், ஜினா - எத்தனை எத்தனை வியப்பூட்டும் வெற்றிகள்! எத்தனை நாடுகள் அடிபணிந்தன! எத்தனை மன்னர்கள் மண்டியிட்டனர்! அப்படிப்பட்ட நெப்போலியனுக்கு என்ன நிலை நேரிட்டது! 1814 இல் முடி பறிபோகிறது, நாடு நெப்போலியனுடைய பிடியில் இருக்க மறுக்கிறது; பழைய மன்னர் வம்சத்துக்கு அரசாள அழைப்பு செல்கிறது - எல்பா தீவுக்கு அழைத்துச்

செல்லப்படுகிறான்; எதிர்ப்புகளைக் கண்டதுண்டமாக்கிய மாவீரன்.

எல்பா தீவு! ஈட்டியாலும் வேலாலும் குத்தி அடக்கி, வேங்கையைக் கூண்டிலிட்டு வைப்பதுபோல, நெப்போலியனை எல்பா தீவிலே சிறை வைத்தனர். ஐரோப்பாவிலே பல அரண்மனைகளிலே உலவியவன், எல்பா தீவிலே அடைபட்டுக் கிடக்கிறான்.

எத்தனை ஆண்டுகளாகப் போரிடுவது! எவ்வளவு இரத்தம் கொட்டுவது! எங்கெங்கிருந்தெல்லாம் பகை மூண்டு விடுவது! போதுமப்பா, போதும். புகழ்நாடி அழிவினைத் தேடிக் கொண்டது. போதும், இனியேனும், புண்களுக்கு மருந்திட்டு, புகையைப் போக்கி வாழ்வைக் கவனிக்கலாம், இத்தனை ஆண்டுகளாக இரத்தம் பொங்கியது போதும், இனியாவது நிம்மதி பெறலாம் என்று எண்ணினர், பிரெஞ்சு மக்கள். விடவில்லை நெப்போலியன்! கூண்டுக் கம்பிகளைப் பெயர்த்துக் கொண்டு. புறப்பட்டுவிட்டது புலி. எல்பாவிலிருந்து தப்பித்துக் கொண்டு கிளம்பிவிட்டான் நெப்போலியன்.

நாசம் கண்டு நடுநடுங்கி இனி தாங்கிக்கொள்ள முடியாது என்று திகிலடைந்து, நெப்போலியனை விரட்டினார்கள்; ஆனால் இலட்சக்கணக்கான பிரன்ச்சுக்காரரர் நெஞ்சிலே அவனைப் பற்றிய நினைவு இருந்தபடி இருந்தது அவன் வீரன். வீரன்தான்! என்று உள்ளம் உருகிப் பாராட்டப் பலப் பலர் இருந்தனர். அவர்களெல்லாம், திரண்டெழுந்து நின்றனர் நெப்போலியனுக்கு ஆதரவு காட்ட, மன்னன் ஓடோடிப் போய் ஒளிந்து கொண்டான். பழைய படி பாரிசில் நெப்போலியன்! படை சேர்த்தான்; பகைவர்களைச் சந்தித்தான். அதுதான் கடைசி சந்திப்பாகி விட்டது.

நேச நாடுகளின் பகடைளின் தலைமை, வெலிங்டனிடம்.

போர் முறையிலும், திறத்திலும் வெலிங்டன் யாருக்கும் இளைத்தவனல்ல; களம் நின்று காரியமாற்றவும் சளைக்க வில்லை.

நெப்போலியன் எப்போதும்போல் வீரம் காட்டினான். ஆனால் ஏற்கெனவே ஏற்பட்ட வடுக்கள், செயலிலே ஒரு தரக் குறைவைத் தன்னாலே ஏற்படுத்திவிட்டது. தயக்கம், குழப்பம், திகைப்பு மேலிட்டது செயலாற்றுகையில், கணக்குத் தவறுவதில்லை. களம்பற்றிய திட்டமிடும்போது, வாடர்லூ களத்திலே. கணக்கிடுவதிலும் தவறு நேரிட்டுவிட்டது. தன் படையின் ஒரு பலமான பிரிவு உடன் இல்லாதிருந்த சமயத்தில், எதிரிப் படைகள் யாவும் ஒரணியாகிவிட்ட நிலையில், போரைத் துவக்கினான் - தாக்குதல் திகில் கொள்ளத்தக்க வகையில் ரஷியாவில் பேரிழப்பு, லிப்சிக்கில் பெருந்தோல்வி, இப்போது மட்டும் என்ன என்ற எக்களிப்புடன் நேச நாட்டுப் படைகள் போரிட்டன. இறுதி முயற்சி! என்ற நினைப்புடன் நெப்போலியன் வாடர்லூவிலே வெலிங்டன் வாகை சூடினான் - நெப்போலியன் நொந்த நிலையில், வெந்த உள்ளத்துடன் களம்விட்டுச் சென்றான். மீண்டும் முடி துறந்திட என்பதை முடிந்துவிட்டது; என் முயற்சி தோற்றுவிட்டது! என்று கூற வேண்டியதாகி விட்டது. நெப்போலியனை, நேச நாட்டினர், செயிண்ட் எலினா தீவிலே சிறை வைத்தனர்.

இருபது ஆண்டுகள் இரத்தம் பொங்கிற்று இணையில்லா இந்த வீரன் நடாத்திய போர்களினால்.

பலன் என்ன கண்டான்? தாயும் இல்லை, மனைவி மகனும் இல்லை. தத்தளித்தான் எலினா தீவில்!

நாடு கண்ட பலனாவது உண்டா? இல்லை! பூத்த புரட்சி பொசுங்கிக் கிடந்தது. போரிட்டதாலே நாட்டு வளம், பொருளியல் பாழனாது.

எல்லைகளை அழித்தான் போரிட்டுப் போரிட்டு -

ஆனால் இயற்கையான எல்லைக் கோடு மீண்டும் அமைந்து விட்டது.

மண்டிலங்களை அடிமைகொண்டான் - ஆனால் அவை மண்டியிட்டனவேயன்றி மடிந்து போய்விடவில்லை; சமயம் கிடைத்ததும், சரிந்தது சீரமைப்பு பெற்றது. சாய்ந்தது, நிமிர்ந்தது.

நாட்டுப் பற்று, இனப்பற்று தேசிய உணர்ச்சி இவற்றை அழித்தொழிக்க படைகளால் இயலாது, பயங்கரச் சண்டைகளால் இயலாது. பார் மெச்சும் போர்த்திறன் கொண்ட நெப்போலியன் போன்றவர்கள் இருபதாண்டுகள் இரத்தம் பொங்கிடும் போர் நடாத்தினாலும், இயற்கை நீதியை அழித்திட முடியாது என்பது விளக்கப்படுகிறது.

நாடுகளுக்குள்ளே நேசம் இருக்கலாம் - இருக்கவேண்டும் ஆனால் ஒன்றுக்கு மற்றொன்று அடிமை என்ற நிலை இருத்தல் ஆகாது. அந்த நிலையை எவர் புகுத்தினாலும் வெற்றி கிட்டாது என்பதை, இருபது ஆண்டுகள் இரத்தம் பொங்கிட நெப்போலியன் நடத்திய போர் காட்டுகிறது.

அளவிலே வளத்திலே, வரலாற்றுச் சிறப்பிலே, வெவ்வேறு அளவுள்ள அரசுகள் பல இருக்கலாம் - இருக்கின்றன - அவற்றை, வலிவுமிக்க ஒரு நாடோ வல்லமை மிக்க ஒரு

நெப்போலியனோ, தாக்கித் தழுவி, ஒரு பேரரசு காண விரும்பினால், அது சில காலம் வெறியாகத் தெரியுமே தவிர, இறுதியில் இயற்கை எல்லையும் தேசியமுமே வெற்றிபெறும் என்ற பாடம் கிடைத்திருக்கிறது.

கொள்வன கொண்டு, கொடுப்பன கொடுத்து, கூட்டுப் பணியாற்றி, மனித குல ஏற்றத்துக்குப் பல நாடுகள் பணியாற்ற வேண்டுமேயன்றி, ஓரரசு, பேரரசு, வல்லரசு என் அரசு என்ற கொள்கைகொண்டு போரிடுவது, இரத்தம் பொங்கிடத்தான் வழிகாட்டுமே அல்லாமல், சுவையும் பயனும் உள்ள பலனைத் தராது. வையகம் இவனைப்போல ஆற்றல் மிக்கவனைக் கண்டதுமில்லை, அவன் நடத்திய இருபதாண்டுப் போரில் பொங்கிய அளவு இரத்தம் எப்போதும் பொங்கியதுமில்லை.

அவனுடைய வீரம் பயனற்றுப்போனதுபோல வேறெதுவும் இல்லை.

மாவீரன் நெப்போலியன் நடத்திக் காட்டிய வாழ்க்கை மனித குலத்துக்குக் காலம் காட்டும் ஒரு பயங்கர எச்சரிக்கை. நடமாடும் எரிமலையாக இருந்து வந்தான் நெப்போலியன். தீவிலே பிறந்தான், தீவிலே இறந்தான். இடையிலே திக்கெட்டும் புகழ் முழக்கினான். - ஆனால் அந்த முழக்கம் நாடு பலவற்றிலே இரத்தம் பொங்கவும் எலும்புக் கூடுகள் நிரம்பிடவும்தான் பயன்பட்டது.

வாழ்த்த முடியவில்லை. வசை பாட மனம் இடம் கொடுக்க வில்லை. நீர் துளிக்கும் கண்களுடன் அவன் கல்லறைமுன் வியப்புடன் நிற்கத் தோன்றுகிறது.

அவன் கல்லறை புகுந்தான், ஆனால் அவன் கொண்டிருந்த ஓரரசு, பேரரசு வல்லரசு, என் அரசு எனும் விபரீத எண்ணம்

கல்லறைக்கு அனுப்பப்படவில்லை. அனுப்பிவிட வேண்டும் என்று பாடம் புகட்டத்தான். அந்த மாவீரன் கல்லறைக் காட்சிப் பொருளாகி நிற்கிறது.

(திராவிட நாடு - 1963)

★★★